കഥാമിത്രം

കഥാസമാഹാരം-2

കൊച്ചിൻ സാഹിത്യ അക്കാദമി

Made with ♥ on the Notion Press Platform
www.notionpress.com

കഥാമിത്രത്തിന്റെ സാഹിത്യ പ്രവർത്തനങ്ങളിൽ
നിസ്വാർത്ഥമായി സഹകരിക്കുന്ന എല്ലാ
കഥാസ്നേഹികൾക്കുമുള്ള സമർപ്പണമാണ്
കൊച്ചിൻ സാഹിത്യ അക്കാദമി പ്രസിദ്ധീകരിക്കുന്ന
കഥാമിത്രം സാഹിത്യ സൗഹൃദ കൂട്ടായ്മയുടെ
"കഥാമിത്രം കഥാസമാഹാരം - 2 "

KADHAMITHRAM

Catagory	:	Short story collection
Language	:	Malayalam
Author	:	Cochin Sahitya Academy
Address	:	Vipin 's Arcade Palluruthy P.O Kochi Eranakulam Pin : 682006 Mob : 9846076701

First published in	:	December 2022
Publisher	:	RP Books Kochi
Address	:	Vipin 's Arcade Palluruthy P.O Kochi Eranakulam Pin : 682006 Mob : 7907383303
Coverpage Design	:	Robert Antony
Editing	:	Robin palluruthy
ISBN.No	:	9798888833087
Price	:	155/-

ഉള്ളടക്കം

ഉള്ളടക്കം

ആമുഖം

പ്രിയ മിത്രങ്ങളെ ,
2010 ൽ രൂപീകരിച്ച കൊച്ചിൻ സാഹിത്യ അക്കാദമിയുടെ മഹത്തായ ലക്ഷ്യങ്ങൾ :- നവതലമുറയെ വായനാശീലം പരിശീലിപ്പിച്ചും, കുട്ടികളുടെ സർഗ്ഗവാസനകളെ പരിപോഷിപ്പിച്ചും, മലയാള അക്ഷരക്കൂട്ടങ്ങളിലൂടെ അറിവുപകർന്നും മലയാള സാഹിത്യത്തിലെ ഉന്നത ശ്രേണിയിൽ കൊണ്ടുവരുന്നതിലും ആനന്ദം കൊള്ളുകയാണ്. അതോടൊപ്പം അഭിമാനിക്കുകയാണ്.
സാഹിത്യരംഗത്ത് കവിത, കഥ, ചെറുകഥ, പ്രസംഗകല,ലേഖനം, പ്രബന്ധം, നോവൽ തുടങ്ങിയ വിഷയങ്ങൾ പരിശീലിപ്പിച്ചും, പ്രചരിപ്പിച്ചും, മത്സരിപ്പിച്ചും ജന്മനായുള്ള സാഹിത്യവാസനകളെ, ഉള്ളറിവിനെ സമൂഹത്തിനുമുന്നിൽ മികച്ച സാഹിത്യ സംഭാവനകയായി അവതരിപ്പിക്കുവാനുമുള്ള പരിശ്രമം തുടരുന്ന സാഹചര്യത്തിൽ സാഹിത്യരംഗത്ത് പരിചയപ്പെട്ടതും ഇനി പരിചയപ്പെടാനിരിക്കുന്നതുമായ കവികളുടെയും, കഥാകൃത്തുക്കളുടേയും, പുസ്തക രചയിതാക്കളുടേയും ഒരു കൂട്ടായ്മ സൃഷ്ടിച്ച കഥാമിത്രത്തിനു വേണ്ടി "കൊച്ചിൻ സാഹിത്യ അക്കാദമി " പ്രസിദ്ധീകരിക്കുന്ന രണ്ടാമത്തെ കഥാസമാഹാരമാണ്. "കഥാമിത്രം കഥാസമാഹാരം - 2" ഈ മഹാസംരംഭം ഇരുകരങ്ങളും നീട്ടി സ്വീകരിക്കുമെന്ന ആത്മവിശ്വാസത്തോടെ.

പി.എസ്. വിപിൻ പള്ളുരുത്തി
കൊച്ചിൻ സാഹിത്യ അക്കാദമി, പ്രസിഡന്റ്

കടപ്പാട്

കൊച്ചിൻ സാഹിത്യ അക്കാദമി

കഥാമിത്രം

Puthiya Thaalukal

RPB

കഥാജാലകം
ഓൺലൈൻ മാഗസിൻ

അവതാരിക

ആശംസകളോടെ

സാജൻ പള്ളുരുത്തി

കഥാജാലകം ഓൺലൈൻ സാഹിത്യകൂട്ടായ്മയുടെ രണ്ടാമത്തെ കഥാസമാഹാരമായ "കഥമിത്രം കഥാസമാഹാരം - 2" ൽ കഥകളുമായെത്തി സാന്നിദ്ധ്യമറിയിച്ച നവമാധ്യമ എഴുത്തുലോകത്തിലെ പ്രതിഭാധനരായ എല്ലാ കൂട്ടുകാർക്കും ഭാവുകങ്ങൾ നേരുന്നു.

കഥാജാലകം ഓൺലൈൻ മാസികയുടേയും, കഥാമിത്രം സൗഹൃദ കൂട്ടായ്മയുടേയും, കൊച്ചിൻ സാഹിത്യ അക്കാദമിയുടേയും, പുതിയതാളുകൾ മുഖപുസ്തക പേജിന്റേയും നിസ്വാർത്ഥമായ കലാസാഹിത്യ പ്രവർത്തനങ്ങൾ വളർന്നുവരുന്ന പുതിയ എഴുത്തുകാർക്കും കലാകാരന്മാർക്കും തുടർന്നും പ്രചോദനവും പ്രോത്സാഹനവുമാകട്ടെയെന്ന് ആശംസിച്ചുകൊണ്ട് കഥാമിത്രത്തിന്റെ അമരക്കാർക്കും അംഗങ്ങൾക്കും എല്ലാവിധ പിൻതുണയും നന്മകളും നേരുന്നു.

1

ആൺ തെങ്ങ്

കഥാകൃത്ത് : പെരുങ്കടവിള വിൻസന്റ്
വിലാസം :
വിൻസൻറ് എസ്
ഐശ്വര്യ, മാലം. പി.ഒ
കോട്ടയം – 686019, ഫോൺ : 9495314386
e mail . vincent20560@gmail.com

ഒരു ദേശത്ത് സത്യപാലൻ എന്ന പേരിൽ ഒരു കേരകർഷകൻ പാർത്തിരുന്നു. ടിയാന് തലമുറ കൈമാറിക്കിട്ടിയ രണ്ടേക്കർ ഭൂമിയുണ്ടായിരുന്നു. അപ്പുപ്പന്റെ കാലത്ത് അത് കാടു പോലായിരുന്നു. കുറേയധികം നാടൻ പ്ലാവുകളും, ആഞ്ഞിലികളുമായിരുന്നു പുരയിടത്തിലെ വമ്പന്മാർ. നടുക്കൊരു കുളം. കുളത്തിനു ചുറ്റും മുളങ്കാട്. തെക്കേക്കരയിൽ ചൂരൽക്കാട് വടക്കരികിൽ ഒരു താന്നിമരവും, അരികെ ഞാവൽമരവും .

ചെറുപ്പത്തിൽ സത്യപാലൻ ഞാവൽപ്പഴം തിന്ന് നിറം വന്ന നാക്കു നീട്ടി കൂട്ടുകാരെ പേടിപ്പെടുത്തുകയും, തല്ലിയെടുത്ത താന്നിക്കാ പരിപ്പ് കൊടുത്ത് അവരെ സുഖിപ്പിക്കുകയും ചെയ്തിട്ടുണ്ട്.

തോട്ടത്തിന്റെ അതിരുകളിലും മറ്റും ധാരാളം കൈത ച്ചെടികൾ ഉണ്ടായിരുന്നു. അമ്മുമ്മ തേനിറ്റു വീഴുന്ന കൈതച്ചക്ക ചീകി സത്യപാലനും കൂട്ടുകാർക്കും കൊടുക്കും. കുട്ടികൾക്ക് കൈതച്ചക്കയുടെ മധുരം ഇഷ്ടമായിരുന്നു എങ്കിലും അത് നാക്കിൽ കിരുകിരു ക്കുന്നത് ഇഷ്ടമായിരുന്നില്ല. പറമ്പിലെ നെല്ലിയിൽ നിന്ന് വീണു കിട്ടുന്ന നെല്ലിയ്ക്കയുടെ കയ്പ്പ് കുട്ടിക ൾക്ക് ഇഷ്ടമായിരുന്നു പ്രത്യേകിച്ച് ഉപ്പുകൂട്ടി കഴിക്കു മ്പോൾ. അപ്പോൾ തൊടിയിലെ കിണറിൽ നിന്നും പാ ളത്തൊട്ടിയിൽ കോരിയെടുക്കുന്ന വെള്ളത്തിന് മധു രമുണ്ടാകും. അതിരിലേതാനും കരിമ്പനകൾ കാവ ൽക്കാരെപ്പോലെ നിന്നിരുന്നു. പനകയറാൻ പനമര ത്തിന്റെ നിറവും, കാഠിന്യവുമുള്ള ഒരാൾ വന്നിരുന്നു. അയാൾ വൈകുനേരം പനയുടെ മണ്ടയിൽ കയറിയി രുന്ന് പാമ്പിന്റെ പത്തി പോലുള്ള പനങ്കതിർ ഇടുക്കി, ചതച്ച്, ചെത്തി ചുണ്ണാമ്പു തേച്ച് ചായ്ച്ച് , താഴെ കലം വച്ച് കെട്ടും. അടുത്ത ദിവസം രാവിലെ വന്ന് പനകയ റി അക്കാനി ഇറക്കിക്കൊണ്ടുവരും. അക്കാനി ഇന്ന് ഉടമസ്ഥനെങ്കിൽ നാളെ ചെത്തു കാരനാണ്, കൂലിയാ യിട്ട്.

അക്കാനി കാച്ചിക്കുറുക്കി പതനിയാക്കി കരിപ്പെട്ടി യാക്കുന്ന പണി അമ്മുമ്മയ്ക്കായിരുന്നു. മരച്ചീനിയി ലത്താളുകൾ വിരിയിട്ട കണ്ണൻ ചിരട്ടയിൽ പതനി ഒഴി ച്ച് വാർത്തെടുക്കുന്ന ഒറ്റക്കണ്ണൻ കരിപ്പെട്ടി അന്തിച്ച ന്തയിൽ വിറ്റ് അമ്മുമ്മ ചാളയും, ചൂരയും വാങ്ങി. ച ന്തയിലെ പാണ്ടിക്കാരന്റെ കടയിൽ നിന്നും അപ്പുപ്പന് വരയൻ കൈലിയും, അമ്മുമ്മയ്ക്ക് റൗക്കയും വാ ങ്ങി. സത്യപാലന് പൊരിക്കടലപ്പൊതി വാങ്ങി. ഉമ്മറ ത്ത് ഒരു ചാരു കസേരയിൽ അപ്പുപ്പൻ ഷർട്ടിട്ടാതെ യിരുന്ന് സദാ കോഴിഞ്ഞൂവൽകൊണ്ട് ചെവിതോണ്ടി ക്കൊണ്ടിരിക്കും. കൈവരിയിൽ ഒരു മൺകൂജയു ണ്ടാവും.

വലിപ്പവ്യത്യാസം ഉണ്ടെന്നതൊഴിച്ചാൽ അപ്പുപ്പന്റെ വയറും കൂജയും ഒന്നു പോലായിരുന്നു. സത്യപാലനും മറ്റും രഹസ്യമായി അപ്പുപ്പനെ കൂജയപ്പുപ്പൻ എന്ന് വിളിച്ച് ആനന്ദിച്ചിരുന്നു. അക്കാലത്താണ് ദേശത്ത് റബ്ബർ എന്ന വിചിത്ര മരം വ്യാപകമാവുന്നത്. അതുവരെ പാൽ ചുരത്താൻ പൊക്കം കുറഞ്ഞ പശുക്കളും , എരുമകളും, ആടുകളും മാത്രമേ ഉണ്ടായിരുന്നുള്ളൂ. അത്ഭുതം ! പാൽ ചുരത്തുന്ന മരങ്ങൾ വന്നിരിക്കുന്നു. പാടവരമ്പത്തെ ചായക്കടയായിരുന്നു അന്നൊക്കെ അറിവിന്റെ ഉറവിടം.

'ഇനി നമ്മൾ പശുവിനെയൊന്നും വളർത്തി പാടുപെടണ്ട. പാൽ തരുന്ന മരം നട്ടാൽ മതി.'

ചായ കുടിച്ചു കൊണ്ടിരുന്ന വിജ്ഞാനി വിളമ്പി. കേട്ടിരുന്ന അജ്ഞാനികൾ അത് ചായക്ക് ചെറുകടിയായി ചവച്ചിറക്കി. ആ അറിവ് പ്രയോഗത്തിൽ വന്നില്ല. എന്നാൽ റബ്ബറുമായുള്ള ഗുസ്തിയിൽ പ്ലാവും , ആഞ്ഞിലിയും എല്ലാം അരക്കൊലിപ്പിച്ച് മലർന്ന് വീണു. റബ്ബർ വിജയത്തൊപ്പി വച്ചു. എന്നാൽ സത്യപാലന്റെ അപ്പുപ്പൻ ആരു പറഞ്ഞിട്ടും റബ്ബറിനെ തന്റെ പുരയിടത്തിൽ കയറ്റിയില്ല. 'റബ്ബർ നട്ടാൽ ചക്ക കഴിക്കാൻ ഞാൻ എവിടെ പോകും ? ആണ്ടിലൊരിക്കൽ എനിക്ക് മാങ്ങ കഴിക്കണ്ടേ?പുളി മുറിച്ചാൽ മീനിനെങ്ങനെ പുളിയിടും ? എന്നിങ്ങനെ ആരോടെന്നില്ലാതെ പുലമ്പി ക്കൊണ്ടിരുന്നു. ആദ്യമൊക്കെ അപ്പുപ്പന്റെ പരിദേവനംകേട്ട് സത്യപാലന്റെ അപ്പൻ റബ്ബറിനോട് മുഖം തിരിച്ചിരുന്നെങ്കിലും, ഒടുവിൽ റബ്ബറിലേക്ക് മാറിയവരുടെ പകിട്ടും പത്രാസും കണ്ട് മതിമറന്ന് നാട്ടു മരങ്ങൾ വെട്ടിക്കളഞ്ഞ് റബ്ബർ വച്ചു. അപ്പുപ്പനാകട്ടെ പറഞ്ഞ് പറഞ്ഞ് നാവും, കേട്ട് കേട്ട് ചെവിയും മരവിച്ച് ഒന്നും പറയാതെയും കേൾക്കാതെയുമായി. കുറുന്തോട്ടിക്കഷായത്തിന്റെ മണമുള്ള മുറി വിട്ട് പുറത്തിറങ്ങാതെയുമായി.

റബ്ബറിന്റെ വില ശ്രീഹരിക്കോട്ടയിലെ റോക്കറ്റായി.
' ഹോ ! ഇതൊന്ന് വെട്ടാൻ പാകത്തിൽ എത്തുന്നില്ലല്ലോ '
എന്ന് കൊതിച്ച് അപ്പൻ റബ്ബർ മരത്തിനു ചുറ്റും പൂന്തേൻ കൊതിക്കുന്ന വണ്ടായി രാപകൽ പറന്നുനടന്നു. അപ്പന്റെ റബ്ബറിൽ പാലെടുത്തു തുടങ്ങുമ്പോൾ റബ്ബറിന്റെ വില ദിശ തെറ്റി അറബിക്കടലിൽ ആണ്ടുപോയി.
ഏതു നേരവും ഇരുട്ടുറങ്ങുന്ന ആറുകാൽപുരയുടെ അകത്ത് നിന്ന് അപ്പുപ്പന്റെ തുറിച്ച കണ്ണുകൾ അപ്പനെ പേടിപ്പെടുത്തി. ആ നോട്ടത്തിന്റെ ശരമുന, റബ്ബറിന്റെ വിലയിടിവായി വന്ന് അപ്പന്റെ നെഞ്ചിൽത്തറച്ചു. അപ്പൻ റബ്ബർപാലിൽ ആസിഡ് കലർത്തി കുടിച്ചു. കുടൽ ഭിത്തികൾ പരസ്പരം ആലിംഗനം ചെയ്ത് ഒട്ടുപാൽപ്പന്തായി മാറിയ അപ്പൻ ജീവിതത്തിന്റെ മൈതാനത്തു നിന്നും വഴി തെറ്റി മരണത്തിന്റെ മുൾക്കാട്ടിലേക്ക് ഉരുണ്ടു പോയി. അങ്ങനെ സത്യപാലൻ റബ്ബർ തോട്ടത്തിന്റെ അവകാശിയായി. റബ്ബർ തോട്ടത്തിൽ സന്ദർശനത്തിനിറങ്ങിയ സത്യപാലന് തന്റെ അപ്പന്റെ ഘാതകരായ റബ്ബർ മരങ്ങളോട് കടുത്ത വെറുപ്പു തോന്നി. സത്യപാലൻ ഒന്നൊഴിയാതെ സർവ്വ റബ്ബർ മരങ്ങളും മുറിച്ചു മാറ്റി. വേരു സഹിതം മരക്കുറ്റികളെ ആകെ മണ്ണുമാന്തിയന്ത്രം കൊണ്ട് പിഴുതെറിഞ്ഞു.
വെള്ളായണി കാർഷിക കോളേജ് നഴ്സറിയിൽ നിന്നും വന്ന മികച്ച നൂറ്റിയൊന്ന് തെങ്ങിൻ തൈകൾ സത്യപാലന്റെ പുരയിടത്തിൽ പുതിയ വിരുന്നുകാരായി. ഇരുട്ടിൽ നിന്നും പുറത്തിറങ്ങിയ അപ്പുപ്പന്റെ വിറയാർന്ന കൈ സത്യപാലന്റെ തലയിൽ അനുഗ്രഹത്തിന്റെ ഓാറ തീർത്തു. അപ്പുപ്പനു വേണ്ടി അതിരിൽ പ്ലാവും, മാവും, ആഞ്ഞിലിയും വളർന്നു. സത്യപാലൻ ഒരു കാരതൈയ്യും , വയണയും , താന്നിയും തേടിപ്പിടി

ച്ചുകൊണ്ടു വന്ന് നട്ടു. കൊന്ന മരങ്ങൾകൊണ്ടുള്ള വേലിയും അപ്പുപ്പന്റെ ആഗഹ പ്രകാരം പുരയിടത്തിന് അലങ്കാരമായി.

' മോനേ, നീ തെങ്ങു നട്ടോ അതിരുകൾ എങ്കിലും മറ്റു മരങ്ങൾക്ക് കൊടുത്തേരെ. നമുക്കെല്ലാം വേണമെടോ. അവരും ഭൂമിക്കുവേണ്ടി ജീവിക്കുന്നോരാ ' അപ്പുപ്പന്റെ വാക്കുകൾ അവഗണിക്കപ്പെട്ടില്ല.
നെയ്യാറിൽ അഞ്ചാറു തവണ ജലം ഉയർന്നുതാണപ്പോഴേക്കും സത്യപാലന്റെ വീട്ടുമുറ്റത്ത് നാളികേരം കൊണ്ടുള്ള പിരമിടുകൾ ഉയർന്നു. ഇരുട്ടു മുറിയിൽ നിന്നും പുറത്തിറങ്ങിയ അപ്പുപ്പൻ ഊന്ന് വടി ദൂരെ എറിഞ്ഞ് മുറ്റത്തേയ്ക്കിറങ്ങി.
'അപ്പുപ്പാ വീഴും ' എന്നാർത്തു കൊണ്ട് സത്യപാലൻ ഓടിയെത്തി.

'നീ പോടാ ' എന്ന് കുതറിക്കൊണ്ട് അപ്പുപ്പൻ ഒരു തേങ്ങയെടുത്ത് ചെവിക്കരികിൽവച്ച് കുലുക്കി നോക്കി.

'കരിക്കിട്ടില്ലേടാ ?' സത്യപാലൻ ചിരിച്ചു കൊണ്ട്, തേങ്ങാവെട്ടുകാരൻ ചെത്തിമിനുക്കി വക്ക് വെട്ടിനൽകിയ കരിക്ക് അപ്പുപ്പന് കൊടുത്തു. കരിക്കിലെ മുഴുവൻ വെള്ളവും കുടിച്ച്, ദീർഘമായ ഒരു ഏമ്പക്കവും വിട്ട് നിർവൃതിയോടെ അപ്പുപ്പൻ വരാന്തയിലേക്ക് കയറി

'തോട്ടം എങ്ങനുണ്ടെടാ ?' അപ്പുപ്പൻ തിരക്കി.
നന്നായി കായ്ക്കുന്നുണ്ടപ്പുപ്പാ.'
'തേനീച്ചക്കൂടുകളൊക്കെയുണ്ടോ ? '
' ഉണ്ടപ്പുപ്പാ . വേലിയ്ക്കരികിൽ ചെറുതേനും കൂടുകൂട്ടിയിട്ടുണ്ട്. വേലിയിലെല്ലാം പൂക്കൾ. ചുറ്റും ചിത്രശലഭങ്ങൾ. '
' അതിനെയൊന്നും ഉപദ്രവിക്കരുത്. അവ ഉള്ളതു കൊണ്ടാണ് തെങ്ങുകൾ നന്നായി ഫലം തരുന്നത്. '

കാർമേഘം മൂടിയതിനാൽ ഇരുണ്ട ഒരു സന്ധ്യയിലാണ് സത്യപാലൻ അത് കണ്ട് ബോധ്യപ്പെട്ടത്. വെട്ടുകാരൻ പറഞ്ഞത് ശരിയായിരുന്നു. തോട്ടത്തിന് നടുവിൽ ഒരു തെങ്ങ്, മറ്റു തെങ്ങുകളെ അപേക്ഷിച്ച് നീണ്ട ഓലയും, മടലും, തടി വലിപ്പവുമുണ്ടായിട്ടും ഒന്നോ രണ്ടോ തേങ്ങയുമായി അഹങ്കരിച്ച് നില്കുന്നു. കായ് ഫലം കുറഞ്ഞ ആ തെങ്ങ് മുറിച്ചു മാറ്റി മറ്റൊന്ന് നടാനാണ് വെട്ടുകാരന്റെ സാരോപദേശം. തെങ്ങുമുറിക്കാൻ ഒരാളെ തേങ്ങാ വെട്ടുകാരൻതന്നെ ഏർപ്പാടാക്കി. കാര്യം മണത്തറിഞ്ഞ അപ്പുപ്പൻ സത്യപാലനെ അടുത്തു വിളിച്ചു. സത്യപാലന്റെ വലത് കൈ, കൈവെള്ളയിലൊതുക്കി. അപ്പുപ്പൻ സത്യപാലന്റെ കണ്ണുകളിലേക്ക് നോക്കി. അപ്പുപ്പന്റെ സങ്കടം കൊണ്ട് കലങ്ങിച്ചുവന്ന വലതു കണ്ണിന്റെ കോണിൽ ഒരു കണ്ണുനീർത്തുള്ളി മുത്തു പോൽ തിളങ്ങുന്നത് സത്യപാലൻ കണ്ടു.

ചുണ്ടുകൾ വകഞ്ഞ് പുറത്ത് കടന്ന വിറയാർന്ന വാക്കുകൾ ഇതാ: ' മോനേ! ആ തെങ്ങ് അവിടെ നിന്നോട്ടെ. ബാക്കിയെല്ലാം നല്ലോണ്ണം കായ്ക്കുന്നുണ്ടല്ലോ. അതിൽ കായ് കുറവെന്നല്ലേയുള്ളൂ. രൂപം കൊണ്ട് അത് തോട്ടത്തിന് അലങ്കാരമല്ലേ ? എനിക്ക് കരിക്ക് അതിൽ നിന്നല്ലേ ഇടുന്നത്. അത് കായ്ചില്ലെങ്കിൽ എനിക്ക് കരിക്കും വേണ്ട. എന്നാലും അതിനെ മുറിക്കണ്ട. ആരൊരു ആൺ തെങ്ങാണ്. ആ തെങ്ങുള്ളതു കൊണ്ടു കൂടിയാണ് മറ്റു തെങ്ങുകൾ നന്നായി കായ്ക്കുന്നത്. '

'പപ്പായച്ചെടിക്ക് ആൺ പെൺ ഇനമുള്ളത് സത്യപാലനറിയാം. തെങ്ങിലും ആൺ തെങ്ങോ ? അപ്പുപ്പന്റെ ഒരോരോ ജല്പനങ്ങൾ അല്ലാതെന്ത് ' എന്നിങ്ങനെ സത്യപാലൻ അപ്പുപ്പന് മാർക്കിട്ടു.

ഇത് പുറത്ത് പറയാൻ കഴിയില്ല. കേൾക്കുന്നവർ പരിഹാസം ഉള്ളിൽ നിറച്ച് ഊറിച്ചിരിക്കും. പ്രത്യേകിച്ചും മരം മുറിക്കാൻ വരുന്ന വെട്ടുകാരൻ. മറ്റുള്ളവർക്ക് മുമ്പിൽ ചമ്മാതിരിക്കാനുള്ള വ്യഗ്രതയിൽ സത്യപാലൻ അപ്പുപ്പന്റെ വാക്കുകളെ അവഗണിച്ചു. പണിക്കാരറിഞ്ഞാൽ അവർ 'സാറ് ആ കിളവൻ ഓരോരോ വട്ട് പറയുന്നതും കേട്ടോണ്ടിരുന്നാൽ അപ്പനെപ്പോലെ ആയുസറാതെ തട്ടിപ്പോകും ' എന്ന് പറഞ്ഞേക്കുമോ എന്നാശങ്കപ്പെട്ട് തെങ്ങിന്റെ ഹത്യക്ക് ഉത്തരവിട്ടു. തോട്ടത്തിന് നടുവിലെ ആൺ തെങ്ങ് നിലവിളിയോടെ നിലംപൊത്തി. എന്നിട്ടും പണിക്കാരന്റെ മസിൽപ്പെരുക്കമുള്ള കൈയ്യിലിരുന്ന് ഇലക്ട്രിക് വാൾ കലിയടങ്ങാതെ അലറിക്കൊണ്ടിരുന്നു.

ആൺ തെങ്ങിന്റെ വീഴ്ചയിൽ മനമുരുകിയ തോട്ടത്തിലെ പെൺ തെങ്ങുകളുടെ സമൂഹം കൃഷ്ണൻ മഥുരയ്ക്ക് പോയപ്പോൾ രാധയും തോഴിമാരും വാടിയതുപോലെ വാടിപ്പോയി.

സത്യപാലൻ അവയ്ക്ക് കുഴൽക്കിണറിലെ വെള്ളം യഥേഷ്ടം കൊടുത്തു നോക്കി. എന്നിട്ടും കാമിനിമാരുടെ വിരഹം മാറിയില്ല.

ഓല വാടിയ തെങ്ങിലെ തേങ്ങാക്കുലകൾ ഏറുകൊണ്ട പട്ടിയുടെ ഒടിഞ്ഞ കാലു പോലെ മടലിന് താഴേക്ക് ചാഞ്ഞു. ചാത്തനേറിലെ കല്ലുമഴപോലെ തെങ്ങുകളിൽ നിന്നും കരിക്കും മച്ചിങ്ങയും പൊഴിഞ്ഞു. പുലർകാല മഞ്ഞിന്റെ ലേപനവും, സൂര്യകിരണ സൂചിയുടെ പ്രയോഗവും കൊണ്ട് തെങ്ങുകളുടെ വാട്ടം മാറിയെങ്കിലും അവയുടെ നഷ്ടയൗവനം മടങ്ങിവന്നില്ല. പൂക്കുല വിരിഞ്ഞ കാഞ്ഞിലികൾ ഒന്നോരണ്ടോ മച്ചിങ്ങകൾ മാത്രം പ്രദർശിപ്പിച്ച് സത്യപാലനെ കൊഞ്ഞനം കുത്തി.

കാർഷിക ലോണിന്റെ തവണയടവിന്റെ മാസമുറ തെറ്റുമല്ലോ എന്ന് പരിതപിച്ച് സത്യപാലൻ തെങ്ങിൻ തടി

യിൽ തലതല്ലി പുലമ്പിക്കരഞ്ഞു. നെറ്റി പൊട്ടി ചോര ത്തുള്ളികൾ തെങ്ങിൻ ചുവട്ടിൽ വീണു. ഭക്തന്റെ ചോരതർപ്പണത്തിൽ പ്രസാദിച്ച തെങ്ങ് സത്യപാല ന്റെ ഉച്ചിയിൽ ഒരു തേങ്ങയിട്ടു. ഉച്ചിയിൽ സഹസ്രദള കമലം വിടർന്നു. അങ്ങനെ ഒരു സന്ദേശം ബാക്കിയാ ക്കി സത്യപാലയുഗം അവസാനിച്ചു. പ്രത്യക്ഷത്തിൽ പ്രയോജനമില്ല എന്ന് തോന്നുന്ന ചില മരങ്ങൾ വീഴു മ്പോൾ തോട്ടത്തിന് കോട്ടം തട്ടും. അപ്പുപ്പൻ പുതിയ ആകാശവും പുതിയ ഭൂമിയും വരുമോ എന്നറിയാൻ ദുഃഖം വിഴുങ്ങി മാനം നോക്കി നിന്നു.

പെരുങ്കടവിള വിൻസന്റ്

2

അന്തര്യാമി

കഥാകൃത്ത് : കാവല്ലൂർ മുരളീധരൻ
വിലാസം :
മുരളീധരൻ കെ വി
ആരണ്യകം
കാവല്ലൂർ രംപറമ്പിൽ
പടിയൂർ പി.ഒ
ഇരിഞ്ഞാലക്കുട വഴി

നിങ്ങൾ അക്ഷരങ്ങൾ കൊണ്ടെന്നെ വരിഞ്ഞു മുറുക്കുകയാണ്. നിങ്ങളുടെ അദൃശ്യ സാന്നിധ്യം ഞാൻ അനുഭവിക്കുന്നു, ആനന്ദിക്കുന്നു,ആഘോഷിക്കുന്നു. ചിലപ്പോൾ ഒരു നിഴലായി നിങ്ങൾ കടന്നു വരാറുണ്ട്, ഒപ്പം നടക്കാറുണ്ട്, സംസാരിക്കാറുണ്ട്, അതേ വേഗത്തിൽ മറയാറുമുണ്ട്.

നിങ്ങളെ കണ്ട ആദ്യ ദിവസം ഇന്നും ഓർക്കുന്നുണ്ട്. ആരും ശല്യപ്പെടുത്താത്ത റിസോർട്ടിന്റെ അവസാനത്തെ വീട് തന്നെ നിങ്ങൾ ആവശ്യപ്പെട്ടത് എനിക്ക് നല്ല ഓർമ്മയുണ്ട്. നിങ്ങൾ വളരെ കുറച്ചു മാത്രമേ പുറത്തു വന്നിരുന്നുള്ളൂ. എന്തോ ഒരു കൗതുകം കൊണ്ട് നിങ്ങളുടെ പേര് ഗൂഗിളിൽ തിരഞ്ഞപ്പോളാണ് നിങ്ങളുടെ എഴുത്തുകൾ കണ്ടത്.

നിങ്ങളുടെ ഏറ്റവും പുതിയ എഴുത്ത് റിസോർട്ടിലെ വീട്ടിലെ താമസത്തെ കുറിച്ചായിരുന്നു. എഴുത്തിൽ നിങ്ങൾ കൂടാതെ മറ്റൊരാൾ കൂടി ആ വീട്ടിലുണ്ടായിരുന്നു. വീടിന്റെ പുറകിലെ ജനലുകൾ തുറന്നു ചേർന്ന് നിന്ന് മലയിറങ്ങി വരുന്ന സൂര്യനെയും മേഘങ്ങളെയും കുളിർകാറ്റിനേയും നിങ്ങൾ ഒന്നിച്ചു ആഘോഷിക്കുകയായിരുന്നു. പ്രണയം പെയ്തിറങ്ങുന്ന ആ വാക്കുകൾ എനിക്കിപ്പോഴും ഓർമ്മയുണ്ട്. നിന്റെ സ്പർശങ്ങൾ എന്നെ ഞാനല്ലാതാക്കുന്നു. ഒഴുകിവരുന്ന ഈ കുളിർക്കാറ്റിൽ നിന്നെ പുണർന്നു നിൽക്കുമ്പോൾ, ഞാനൊരു അതീന്ദ്രിയ ധ്യാനത്തിലേക്കു വഴുതി വീഴുന്നു.ആ ധ്യാനത്തിൽ തന്നെ നിറഞ്ഞുനിൽക്കാനാണ് ഈ ജീവിതം തന്നെയെന്ന് തോന്നുന്നു. മഴ പെയ്തു തീരാനല്ല, മഴ പെയ്തുകൊണ്ടേയിരിക്കാനാണ് ഞാൻ ഈ നിമിഷത്തിൽ പ്രാർത്ഥിക്കുന്നത്.

"നിങ്ങളെന്നെ എങ്ങോട്ടാണ് കൊണ്ട് പോകുന്നത് ?" എന്നെനിക്ക് ഉറക്കെ ചോദിക്കണമെന്ന് തോന്നി, എന്നാൽ വാക്കുകൾ എന്നിൽ തന്നെ തറഞ്ഞു നിന്നു, ഉത്തരങ്ങൾതരാൻ നിങ്ങൾ ബാധ്യസ്ഥനല്ലയെന്ന പോലെ.

ആ നിമിഷങ്ങളിൽ ഞാനായിരുന്നെങ്കിലോ അവിടെ, നിങ്ങളുടെ നിശ്വാസങ്ങളെന്നോട് സംസാരിച്ചിരിക്കുമോ ? ആ മുറി നിറഞ്ഞു നിൽക്കുന്ന പ്രണയം എന്നെ പൊതിഞ്ഞിരിക്കുമോ? തീർച്ചയായും ഞാനത് അനുഭവിച്ചിരിക്കണം.

നിങ്ങളെ കാണുമ്പോൾ പലതും ചോദിക്കണമെന്ന് തോന്നി. എന്നാൽ ഒന്നും ചോദിച്ചില്ല. ധൈര്യം സംഭരിച്ച് ഒരിക്കൽ മാത്രം ചോദിച്ചു, താങ്കളെ കുറിച്ച് കൂടുതൽ അറിയണമെന്നുണ്ട്. ഒന്ന് ചിരിച്ചു പറഞ്ഞു, ഞാൻ നല്ലതല്ല. ഞാനുമല്ല എന്ന് പറയാൻ തോന്നി പറഞ്ഞില്ല. പത്രത്തിൽവന്ന പരസ്യം കണ്ടപ്പോഴാണ് നിങ്ങൾ

പുതിയ നോവൽ എഴുതാനാണ് വന്നതെന്ന് മനസ്സിലായത്. പിറ്റേന്ന് നിങ്ങൾ പോവുകയാണെന്ന് പറഞ്ഞു. അലക്കാൻ തന്ന നിങ്ങളുടെ ഒരു ജോഡി വസ്ത്രം ഞാൻ തിരിച്ചു തന്നിട്ടില്ല. അത് ഭദ്രമായി സൂക്ഷിക്കുന്നു. ഇടക്ക് തുറന്നു നിങ്ങളെ സ്പർശിക്കാൻ, നിങ്ങളുടെ ഗന്ധം നുകരാൻ. ആ വീട്ടിലെ തുണികളോ വിരികളോ ഒന്നും തന്നെ മാറ്റിയില്ല. സത്യത്തിൽ നിങ്ങളെ ആ മുറിയിൽ ഞാൻ അടച്ചിടുകയായിരുന്നു. എന്നിൽ നിന്നിറങ്ങി ഓടാതിരിക്കാൻ.

കാവല്ലൂർ മുരളീധരൻ

3

പശ്ചാത്താപം

കഥാകൃത്ത് : പ്രഭ എൻ.കെ
വിലാസം:
അമ്പാടി ഹൗസ്
പന്തലായനി
കൊയിലാണ്ടി പി.ഒ
കോഴിക്കോട് പിൻ : 673305

രാവിലെ ഉണർന്നപ്പോൾ അയാൾക്ക് നല്ല ക്ഷീണം തോന്നി. കുറച്ചുകൂടി കിടക്കാമെന്ന് കരുതിയപ്പോഴാണ് മകന്റെ ഭാര്യ വന്നു വിളിച്ചത്.
"അച്ഛനെന്താണ് എഴുന്നേൽക്കാത്തത്. പുറത്ത് പത്രവും, പാലും, അവിടെത്തന്നെ കിടക്കുന്നു. വേഗമെഴുന്നേറ്റ് അതെല്ലാം എടുത്തു കൊണ്ടുവാ അച്ഛാ. സമയം ആറ് മണിയായി. എനിക്കിന്ന് കുറച്ചു നേരത്തെ ഓഫീസിൽ എത്തണം. ഒരു മീറ്റിങ്ങുണ്ട്. "
ശേഖരൻ പതുക്കെ അവിടുന്ന് എഴുന്നേറ്റ് പുറത്തേക്ക് വന്നു. മുറ്റത്തേക്കിറങ്ങുമ്പോൾ കാലുകൾ വിറക്കുന്നതായി തോന്നി. പതിയെ ചുമരുപിടിച്ചിറങ്ങി ഗെയിറ്റിൽ വെച്ച പാലും, പത്രവുമെടുത്ത് അടുക്കളയിൽ കൊണ്ടു വെച്ചു.
ഇതെന്നും പതിവുള്ളതാണ്. ഒന്നു കൂടി കിടക്കണം

എന്ന് തോന്നിയപ്പോൾ പതുക്കെ ബഡ് റൂമിലേക്ക് നടന്നു. അപ്പോഴുണ്ട് മകന്റെ ഭാര്യ രേവതി,
" അച്ഛാ ഒന്ന് ഇവിടെ വരൂ ഈ പാല് ഒന്നു കാച്ചൂ. ഞാൻ കുളിച്ചിട്ട് ഇപ്പം വരാം."
എന്നും പറഞ്ഞ് ഒരുപോക്ക് പതുക്കെ ചുമര് പിടിച്ച് പാൽപാത്രവും എടുത്ത് പാല് കാച്ചുവാൻ തുടങ്ങി. തീയുടെ ചൂട് ശരീരത്തിലെത്തിയപ്പോൾ ശരീരത്തിന് കുളിര് അനുഭവപ്പെട്ടു. എന്ത് ചെയ്യാൻ ? ആരോട് പറയാൻ ? ഭാരതിയുണ്ടായിരുന്നപ്പോൾ അടുക്കളയിൽ കയറുകയും, ഈ വക പണികളൊന്നും ചെയ്യാറില്ലായിരുന്നു. മകൻ വിദേശത്തായതിനാൽ അവന്റെ ഭാര്യയേയും, കുഞ്ഞിനേയും നോക്കേണ്ട ചുമതല തനിക്കായി. പെൻഷനായാൽ ജീവിതം വളരെയധികം ആസ്വദിക്കണമെന്നും, കൂടുതൽ വിശ്രമിക്കണമെന്നുമെല്ലാം കരുതിയതായിരുന്നു. പെൻഷനായ ആ വർഷം തന്നെ ഭാരതിയ്ക്ക് അസുഖം വന്നു. പിറ്റേ വർഷം അവൾ മരിക്കുകയും ചെയ്തു. പിന്നീടുള്ള ജീവിതം മകന്റെ ഭാര്യയുടെ നിയന്ത്രണത്തിലായി. അവൾ പറയുന്നതനുസരിച്ച് ചലിക്കുന്ന ഒരു പാവ അതായിരുന്നു ഞാൻ.
ഇപ്പോൾ വീട്ടിലെ കാര്യങ്ങൾ മാത്രമല്ല കുഞ്ഞിന്റെ കാര്യങ്ങൾ വരെ. സ്ക്കൂളിൽ കൊണ്ടുപോവുകയും തിരിച്ചു കൊണ്ടുവരുകയും വന്നാൽ കുളിപ്പിച്ച് ഭക്ഷണം കൊടുക്കുകയും എല്ലാം തന്റെ ചുമതലയായി. സ്കൂൾ ബസ്സ് വീടിന്റെ മുൻവശത്തുകൂടിയാണ് പോകാറ്. പക്ഷെ അച്ഛന് ഒരു വ്യായാമം ആയിക്കോട്ടെ എന്ന് പറഞ്ഞ് രേവതിയാണ് ഈ തീരുമാനമെടുത്തത്.
തന്റെ പെൻഷൻ കിട്ടിയാൽ ഒരു കാശുപോലും അതിൽ നിന്നെടുക്കുവാൻ രേവതി സമ്മതിക്കാറില്ല. അപ്പോൾത്തന്നെ ആ പണം മുഴുവൻ അവൾ പിൻവലിക്കാറാണ് പതിവ്.

അച്ഛനെന്തിനാ കാശ് എന്തെങ്കിലും ആവിശ്യമുണ്ടെങ്കിൽ എന്നോട് ചോദിച്ചാൽ മതി. വെറുതെ കാശ് കളയണ്ട. കാശ് ഞാൻ സൂക്ഷിച്ചു വെയ്ക്കാം എന്നാണ് രേവതിയുടെ തീരുമാനം.
പെട്ടന്ന് മകൻ ഓടി വന്ന് അച്ഛാച്ഛാ വിളിച്ചപ്പോൾ ശേഖരൻ ചിന്തയിൽ നിന്നുണർന്നു. ഇനിമകനെ സ്കൂളിൽ കൊണ്ടുചെന്നാക്കണം. വന്നിട്ട് ചായ കുടിച്ചാൽ മതി എന്നാണ് രേവതി പറയാറ്.
മകനെയും കൂട്ടി സ്കൂളിലേക്ക് പോകാൻ നോക്കുമ്പോൾ കണ്ണിൽ ഇരുട്ട് കയറുന്നതുപോലെ തോന്നി. മകളെ എനിക്കെന്തോ വയ്യായ്ക പോലെ, ശരീരം തളരുന്നതുപോലെ, നടക്കാൻ വയ്യ. ഒന്ന് ഡോക്ടറെ കാണിക്കാൻ പോയാലോ എന്ന് മകന്റെ ഭാര്യയോട് പറഞ്ഞപ്പോൾ അത് അച്ഛൻ തീരെ നടക്കാത്തതു കൊണ്ടാണ്. മകനെ സ്കൂളിൽ കൊണ്ടാക്കി വന്ന് ചായ കുടിക്കുമ്പോഴേക്കും എല്ലാം ശരിയാവും എന്നു പറഞ്ഞു.
ശേഖരൻ മകന്റെ ബാഗും തൂക്കി കൈയ്യും പിടിച്ച് പതുക്കെ പതുക്കെ നടക്കാൻ തുടങ്ങി. എങ്ങിനെയോ മകനെ സ്ക്കൂളിലെത്തിച്ച് തിരിച്ചു നടന്നു. വീട്ടിനടുത്ത് എത്താറായപ്പോൾ റോഡരികിൽ തളർന്നു വീണു
മകനെ സ്ക്കുളിലാക്കി വരേണ്ട സമയം കഴിഞ്ഞിട്ടും അച്ഛനെ കാണാതായപ്പോൾ രേവതി ഗെയിറ്റിനടുത്ത് ചെന്നു നോക്കി. കുറച്ചു ദൂരത്തായി ആളുകൾ കൂടി നില്ക്കുന്നതു കണ്ടപ്പോൾ രേവതി വഴിയെ പോകുന്ന ഒരാളോട് അവിടെ എന്താ ഒരാൾക്കൂട്ടമെന്ന് ചോദിച്ചു
" അത് വയസായ ഒരാൾ അവിടെ വീണു കിടക്കുന്നു. ഇവിടെ അടുത്തുള്ളതാ എന്ന് പറയുന്നതു കേട്ടു. മകന്റെ കുഞ്ഞിനെ സ്ക്കൂളിൽ കൊണ്ടുപോയി വരുകയാണന്ന് ആരോ പറഞ്ഞു. "
ഇതു കേട്ട രേവതിക്ക് പേടിയായി. അവൾ ആ ആൾക്കൂട്ടത്തിനടുത്തേക്ക് ഓടിച്ചെന്നു. അപ്പോഴേക്കും

ആളുകൾ അയാളെ ആശുപത്രിയിലെത്തിച്ചിരുന്നു. മകന്റെ ഭാര്യയാണെന്നറിയാതെ അവിടെ കൂടിയിരിക്കുന്ന ആൾക്കാർ പറയുന്നതു കേട്ട് രേവതി ഞെട്ടി. "പാവം ഈ വയസായ മനുഷ്യൻ ദിവസവും, രാവിലേയും വൈകുന്നേരവും കുട്ടിയേയും കൊണ്ട് പോകുന്നതും വരുന്നതും കാണാം. സ്കൂൾ ബസ്സ് വീട്ടിനടുത്തു കൂടിയാണ് പോകുന്നത് അതിൽ പറഞ്ഞയക്കാറില്ല. ജോലിയുള്ള ആളായിരുന്നു. ഭാര്യ മരിച്ചു പോയി. ഒരു മകനേ ഉള്ളൂ . വിദേശത്താണ്. മകന്റെ ഭാര്യയുടെ കൂടെയാണ് താമസം. അവർ ഏതോ ഒരു സ്ഥാപനത്തിലെ ജോലിക്കാരിയാണ്. വീട്ടുജോലികളെല്ലാം ഇയാളെക്കൊണ്ടാണ് ചെയ്യിക്കാറ്. ഒരു കാശു പോലുമിയാൾക്ക് കൊടുക്കാറില്ല. പാവം മനുഷ്യൻ. എന്തൊക്കെയോ സങ്കടങ്ങൾ ഉള്ളിലൊതുക്കി നടക്കുകയാണ്. അവർക്കും ഒരു മകനുണ്ടല്ലോ? ഇതേ പോലുള്ള അനുഭവം അവർക്കും കിട്ടും തീർച്ച."

ആളുകൾ പറയുന്നതുകേട്ട് രേവതി ഞെട്ടി. അവളിൽ കുറ്റബോധത്തിന്റെ ഒരു നേരിയ കനിവ് ഒലിച്ചിറങ്ങിയതുപോലെ തോന്നി. കുട്ടിക്കാലത്ത് തന്റെ കൈപിടിച്ച് സ്കൂളിലേക്ക് കൊണ്ടുപോയ അച്ഛൻ. തറവാട്ടിലെ ഉത്സവത്തിന് കൂടെ കൂട്ടി വേണ്ടതെല്ലാം വാങ്ങിത്തരുകയും, കാഴ്ചകൾ കാണിച്ചുതരുകയും ചെയ്ത തന്റെ അച്ഛൻ. മനസ്സിൽ തന്റെ അച്ഛന്റെ രൂപം ഉയർന്നുവന്നു. പതിയെ ആ രൂപം മാഞ്ഞുവരികയും ഭർത്താവിന്റെ അച്ഛന്റെ തളർന്ന രൂപം തെളിഞ്ഞു വരുകയും ചെയ്തു. ആ കണ്ണുകളിൽ തന്നോടുള്ള യാചന തുളുമ്പുന്നതായി തോന്നി. കണ്ണിൽ ഇരുട്ടുകയറുന്നതായി തോന്നിയ രേവതി ഉടനെ വീട്ടിലേക്കോടി. വീട് പൂട്ടി ഉടൻ ആശുപത്രിയിലേക്ക് ഓടി. വെപ്രാളപ്പെട്ട് ആശുപത്രിക്കിടക്കയിലെ തന്റെ ഭർത്താവിന്റെ അച്ഛന്റെ തളർന്ന ശരീരം കണ്ടെത്തിയ രേവതി ഓടി അരികിലെത്തി.

തന്റെ സാമീപ്യം അറിയാതെ തളർന്നു കിടക്കുന്ന ആ അച്ഛന്റെ അരികിലിരുന്ന് അവൾ കണ്ണനീരൊഴുക്കി. പശ്ചാത്താപത്തിന്റെ കണ്ണുനീർ .

പ്രഭ .എൻ.കെ

4

അനിവാര്യമായ ദംശനം

കഥാകൃത്ത് : ജ്യോതി പ്രഭാകരൻ
വിലാസം :
ജ്യോതീഷ് പാറയ്ക്കൽ
ശ്രീവർദ്ധനം
V N R A - B-51
കരിക്കുമുട്ടം
പേയാട് തിരുവനന്തപുരം 695573

ഇടവിട്ടെത്തിക്കൊണ്ടിരിക്കുന്ന ഒരു തരം മിന്നലുകൾ തലക്കകത്തെത്തി മിന്നിമറയുന്നു. കർണ്ണപുടങ്ങളെ തകർക്കുവാനെത്തുന്ന വിഭ്രാന്തമായ ചൂളംവിളികളെല്ലാം ഇടക്കിടെ കാതുകളെ തുളച്ചുകൊണ്ട്കടന്നുപോകുന്നു. പുറത്തുനിന്ന് ഒഴുകിയെത്തുന്ന പക്ഷികളുടെ ചിറകടികളും, മറ്റ് വിഭിന്നമായ ശബ്ദങ്ങളും ചെറിയ തോതിൽ മാത്രമാണ് അകത്തേക്കെത്തുന്നത്. വളരെ ഇടുങ്ങിയ ഈ മുറിക്കകത്തുള്ള നരകയാദന ഇനിയെങ്കിലുമൊന്നവസാനിച്ച് കിട്ടിയെങ്കിലെന്ന് അയാൾ അതിയായി ആശിച്ചു. ആത്മഹത്യക്കുള്ള അവസര മെങ്കിലും തനിക്കായ് അവർ തരു ന്നില്ലല്ലൊ ? ഇനിയെന്ത് ചെയ്യും ? ശക്തമായ നിരാശയുടെ കാർമേഘങ്ങൾ അയാളുടെ നെഞ്ചകത്ത് ഉരുണ്ടുകൂടി അതിവൃഷ്ടിയിലേക്ക് മാറികൊണ്ടേയിരുന്നു.

അയാൾ തടവിൽ കിടക്കുന്ന മുറിയുടെ നെഞ്ചാകുന്ന ഭിത്തിയെ കുത്തിതുറന്നൊരുക്കിയ, ആ കാണുന്ന മൂന്ന് തുളകളിലൂടെ മാത്രമായി പാഞ്ഞെത്തിക്കൊണ്ടിരിക്കുന്ന വെളിച്ചം. അന്ധകാരത്തിന്റെ നെടുവീർപ്പുകളെ അവഗണിച്ചെത്തുന്ന വെളിച്ചമിപ്പോൾ മുറിക്കകത്ത് പലതരത്തിലുള്ള കഴ്ചകൾ ഒരുക്കുന്നുണ്ട്. കട്ടിലിൽ കിടന്ന് കണ്ണിലെ കൃഷ്ണമണികളെ ചുഴറ്റികൊണ്ടുതന്നെ അയാൾ മുന്നിൽ കാണുന്ന കാഴ്ചകളെ ഒപ്പിയെടുത്തുകൊണ്ടേയിരുന്നു. താൻ തലേദിവസം ആഹാരം കഴിച്ച് മാറ്റിവച്ച പത്രത്തിലിപ്പോഴും പാറ്റകളും ഈച്ചകളും ആഹാരം തേടുകയാണ്. കിടന്ന കിടപ്പിൽനിന്നൊന്നെഴുന്നേൽക്കുമ്പോൾ ഇരുകൈകളുമില്ലാത്ത താൻ ഇപ്പോഴും കൈകളെല്ലാമുണ്ടെന്ന ധാരണയിൽത്തന്നെയാണ് എഴുന്നേൽക്കുവാൻ ശ്രമിക്കുന്നത്. താൻ നോവേറ്റത്താൽ ചലിക്കുമ്പോൾ തന്റെ ചലനത്തിനൊത്ത് ഇളകിക്കരയുന്ന കട്ടിൽ തന്നെ രണ്ടു വർഷത്തോളമായി സഹിക്കുന്ന ആ കട്ടിലിൽ നിന്ന് വളരെ ആയാസപ്പെട്ടയാൾ എഴുന്നേറ്റിരുന്നു. അകലെയുള്ള ഏതോ ദേവാലയത്തിൽ നിന്ന് ഒഴുകിവരുന്ന വളരെ നേർത്തതായുള്ള മണിനാദം കേട്ട് അയാൾ കാതുകൾ കൂർപ്പിച്ചു.

ഈ മണിനാദം കേട്ട് കുറച്ചു കഴിയുമ്പോഴേക്കുമാണല്ലോ, മുഖമെല്ലാം മറച്ചെത്തുന്ന ആറടിയിലേറെ പൊക്കം തോന്നിക്കുന്ന ഒരുവൻ തന്റെ മുറിക്കകത്തേക്ക് എത്തുക, തന്റെ ജീവൻ നിലനിർത്തുന്നതിനായുള്ള ആഹാരവുമായിട്ടാണ് അയാൾ ദിവസവും എത്താറുള്ളത്. മുഖം മറച്ചെത്തുന്നവന്റെ കാൽപെരുമാറ്റം കേൾക്കുവാനായി അയാൾ കാതോർത്തിരുന്നു. മുറിയുടെ മുൻവശത്തുള്ള കതകിന്റെ പൂട്ടിൽ ഇപ്പോൾ താക്കോൽ കൂട്ടത്തിന്റെ ഇളക്കം. പൂട്ടുതുറന്ന് അകത്തേക്ക് എത്തിയ മുഖംമറച്ചവന്റെ കയ്യിലിരിക്കുന്നത് ഗോതമ്പുകഞ്ഞിയാണന്ന്അയാൾക്കറിയാം.

പാത്രത്തിലെ ഗോതമ്പ് കഞ്ഞിയിൽനിന്ന് ആവിപറന്നുയർന്ന് അയാളുടെ തന്നെ മുഖത്തിനു മുന്നിൽ പേരു ചൊല്ലാനാകാത്ത പലതരത്തിലുള്ള ചിത്രങ്ങൾ മെനയുന്നു. അയാൾ ചിതലരിച്ച് നിലംപൊത്താറായ മേശയുടെ മുകളിലേക്ക് കഞ്ഞിപ്പാത്രത്തെ വെക്കുന്നതിനു മുന്നേതന്നെ, പുറത്ത് എന്തൊക്കയോ സംഭവങ്ങൾ നടക്കുന്ന. വളരെ ഉറക്കേയുള്ള സംഭാഷണങ്ങളും, സീൽക്കാരങ്ങളും കേൾക്കുന്നു. ഇവിടെ ഈ വനത്തിലെവിടേയും. ഇതുവരെ കേൾക്കാത്ത തരത്തിലുള്ള ശബ്ദങ്ങളാണ് ആ സമയത്ത് കേട്ടുകൊണ്ടിരുന്നത്. എന്തൊക്കയോ വലിയകുഴപ്പങ്ങളുണ്ടെന്നിപ്പോൾ മുഖം മറച്ചവനും തോന്നിയിരിക്കുന്നു, മുഖം മറച്ചവനിപ്പോൾ താൻ കിടക്കുന്ന മുറിയുടെ കതകടച്ച് താഴിട്ടുപൂട്ടുവാൻ പോലും മറന്ന് ഓടിമറഞ്ഞിരിക്കുന്നു. തുറന്നു കിടന്നിരുന്ന വാതിൽവഴി പുറത്തുനിന്നെത്തിയ കാറ്റ്, തന്റെ മുറിക്കകത്തേക്ക് കാട്ടുപൂക്കളുടെ സുഗന്ധത്തെയും അടിച്ചുകയറ്റി തനിക്കേതോ ഒരു മുന്നറിയിപ്പ് തരാനെത്തിയതു പോലെ മുറിയുടെ വാതിലും ചാരിയിട്ട് വന്നതുപോലെതന്നെ തിരിച്ചുപോയിരിക്കുന്നു.

ഏറെ നാളുകൾ ശേഷം ചെറിയ ഒരു ഉന്മേഷംതോന്നിയെങ്കിലും, അതിലേറെ ആശങ്കയും ഇപ്പോൾ മനസ്സിൽ രൂപപ്പെട്ടിരിക്കുന്നു. പുറത്തുനിന്ന് ചില സംഭാഷണശകലങ്ങൾ അകത്തേക്ക് കയറിവരുന്നുണ്ട്. അയാൾ കതകിന്റെ ഓരത്തേക്ക് ചേർന്ന്നിന്ന് കാതുകളിലേക്ക് സംഭാഷണങ്ങൾ പിടിച്ചെടുക്കാൻ ശ്രമിച്ചു. നമ്മൾ പിടിക്കപ്പെടുവാൻ പോകുന്നു. ഇവിടെക്കിപ്പോൾ നുഴഞ്ഞുകയറിയവരെയൊക്കെ നമ്മൾക്ക് തുരത്തുവാനായി കഴിഞ്ഞീട്ടുണ്ട്. ഒരു കാര്യം നമ്മൾ മനസ്സിലാക്കണം അവർ ശക്തരാണ്. അവർ കൂടുതൽ സേനയുമായി തിരിച്ചെത്തുവാൻ സാധ്യതയുണ്ട്.

നമ്മളുടെ മുന്നിലിനി ഒരേയൊരു മാർഗ്ഗമേയൊള്ളു എല്ലാവരും ഉടനെ രക്ഷപ്പെടുക. പ്രത്യേകം ശ്രദ്ധിക്കേണ്ട ഒരു കാര്യമുണ്ട് ഒരു വിധത്തിലുള്ള തെളിവുകളും ഇവിടെ അവശേഷിക്കരുത് എല്ലാം ചാമ്പലാക്കണം. ഈ കെട്ടിടത്തിന്റെ അവശിഷ്ടങ്ങളിൽ നിന്നുപോലും തെളിവുകളുടെ ഒരു തരിമ്പുപോലും ആർക്കും കിട്ടികൂടാ.

പുറത്തു നിൽക്കുന്നവരുടെ സംഭാഷണങ്ങളുടെ പൊരുൾ മനസ്സിലായപ്പോൾ ഏറെ നേരത്തേക്ക് നിർവികാരനായി നിൽക്കുവാനെ അയാൾക്ക് സാധിച്ചുള്ളു. ഒരു കാര്യം പ്രത്യേകമായി അയാൾ മനസ്സിലാക്കിയിരുന്നു, ഒരു ആജ്ഞയുടെ കാഠിന്യം ഉള്ളിലൊളിപ്പിച്ച് മറ്റുള്ളവരോട് സംസാരിച്ചുകൊണ്ടിരുന്ന ശബ്ദം തനിക്ക് ഏറെ പരിചിതമാണ്." ആ ശബ്ദം" താനടക്കം ഇവിടെയുള്ള എല്ലാവരുടെയും ബോസിന്റേതു തന്നെയാണ്.

ബോസിന്റെ വായിൽ നിന്ന് ഉതിർന്നുവീണ താൻ കേട്ട അവസാന വാക്കുകളോർത്തപ്പോൾ അയാൾക്ക് വല്ലാത്ത ഉൾക്കിടിലമുണ്ടായി. നമ്മുടെ കൂട്ടത്തിൽ വൈകല്യമായവരെ ഇനി നമുക്ക് സംരക്ഷിക്കേണ്ടതില്ല. അവരിൽ നിന്ന് നമ്മൾക്കെതിരെ ഒരു വാക്കുപോലും മറ്റാർക്കും തെളിവുകളായി കിട്ടുവാനും പാടില്ല. അവരേയും കൂടെ ചുട്ടുകളഞ്ഞേക്കുക. ബോസിന്റെ ആജ്ഞ കടുത്തതായിരുന്നു. പുറത്തു നിന്ന് കേട്ട തീവാക്കുകളിപ്പോൾ, അയാളിൽ വിവിധ തരത്തിലുള്ള ചിന്തകളുടെ വേലിയേറ്റങ്ങൾതന്നെ തീർത്തിരിക്കുന്നു.

"ഇനിയെന്താണ് ചെയ്യേണ്ടത് ? എങ്ങിനെയായാലും മരണം മുന്നിലുണ്ടെന്നുള്ളത് ഉറപ്പാണ്. ചിന്തകളിൽ ചുഴികളുടെ പലവശങ്ങളിലേക്കുള്ള നീങ്ങലുകൾ ശക്തി പ്രാപിക്കുന്നു. ഇല്ലാ, കൂടുതൽ ചിന്തിക്കുവാൻ ഇനി സമയമില്ല. "

അയാളുടെ മനസ്സ് അയാളോടുതന്നെ പറഞ്ഞു.

"നിന്റെ ജീവതം അവസാനിക്കാറായിട്ടില്ല. ഇതൊരു അവസരമാണ് രക്ഷപ്പെടുക. പെട്ടെന്നുതന്നെ രക്ഷപ്പെടുക. "

മണിക്കൂറുകളുടെ ഇഴഞ്ഞുനീക്കം

ഒരു സമയത്ത് സ്വയംഹത്യക്കുപോലും കഴിയാതിരുന്ന താനിപ്പോൾ ഒട്ടേറെ നിഗൂഢതകൾ നിറഞ്ഞ ആ കെട്ടിടത്തിൽനിന്ന് രക്ഷപ്പെട്ടിരിക്കുകയാണ്. കാട്ടുചെടികളെ വകഞ്ഞുമാറ്റാനാകാതെ. ഊർന്നിറങ്ങി പിണഞ്ഞുകിടക്കുന്ന കാട്ടുവള്ളികളുടെ ഇടയിലൂടെ ആയാസപ്പെട്ട് അയാൾ ദിശയറിയാതെ നടന്നുകൊണ്ടേയിരുന്നു. പരിചിതവും അല്ലാത്തതുമായ വന്യജീവികളുടെ വിത്യസ്ത തരത്തിലുള്ള ശബ്ദങ്ങൾ കാതുകളിൽ തുളച്ചുക്കയറുന്നു.

താഴെ കൊഴിഞ്ഞു കിടക്കുന്ന ഇലകൾ ഈർപ്പമണിഞ്ഞ് ചില സ്ഥലങ്ങളിൽ മെത്തപോലെയായി കിടക്കുകയാണ്. അരുണന്റെ പ്രകാശം മുകളിൽ നിന്ന് ഇലച്ചാർത്തുകളുടെ ഇടയിലൂടെ ചില സ്ഥലങ്ങളിൽ മാത്രമെ ഊർന്നിറങ്ങി പതിച്ചിരുന്നുള്ളു. മറ്റിടങ്ങളിലെല്ലാം ഇരുളും നേർത്ത വെളിച്ചവും കൂടെ ചേർന്ന് ഏതോ തരം കൺക്കെട്ട് കളികളിലാണ്. പാതിക്കുമേലെ അന്ധകാരം വ്യാപിച്ചുകിടക്കുന്ന വനത്തിലൂടെയങ്ങനെ എത്ര സമയം നടന്നുവെന്നയൾക്കറിയില്ല, ഇപ്പോഴയാളുടെ ശരീരം പാടെ തളർന്നുകൊണ്ടേയിരിക്കുന്നു.ആകാശത്തെ എത്തിതൊടുവാൻ പ്രാപ്തനാണെന്ന ഭാവത്തിൽ നിൽക്കുന്ന ഒരു വൻമരത്തിനുതാഴെ, കൊഴിഞ്ഞു വീണു കിടക്കുന്ന കരിയിലക്കൂട്ടത്തിന് മുകളിൽ അയാൾ ആ വൻമരത്തേയും ചാരിയങ്ങനെ ഇരുന്നു. തൊണ്ട വരൾച്ച കൂടി കൊണ്ടിരിക്കുന്നു അല്പം വെള്ളം എവിടെ നിന്നുകിട്ടും.

അയാൾ ചുറ്റിലേക്കും കണ്ണുകളെ പായിച്ചു. ഇല്ല ഒരിടത്തും കുറച്ചു വെള്ളം ലഭിക്കുവാൻ സാധ്യതയില്ല.... ചില കാട്ടുവള്ളികൾ മുറിച്ചാൽ വെള്ളം ലഭിക്കുമെന്ന് കേട്ടിട്ടുണ്ട് പക്ഷേ, ഏത് വള്ളികൾ മുറിക്കണം? ഈ കൈകളില്ലാത്ത തനിക്ക് അതിനും സാധ്യമല്ലല്ലൊ? ഏറെ ചിന്തകൾക്ക്ശേഷം അയാളിപ്പോൾ ഒരു തീരുമാനത്തിലേക്ക് എത്തിച്ചേർന്നു. ചാരിയിരുന്ന മരത്തിൽനിന്ന് അയാൾ കരിയിലകൾക്ക് മീതെക്ക് പതിയെ ചരിഞ്ഞുകിടന്നു. താഴെ ചില്ലകളോട് വിടചൊല്ലി കൊഴിഞ്ഞുകിടന്നിരുന്ന, സാമാന്യം വലിപ്പവും നടുവിലല്പം കുഴിയുമുള്ള ഇലകളൊന്നിലേക്ക് അയാൾ വളരെ പാടുപെട്ട് സ്വന്തം മൂത്രനാളിയിൽ നിന്ന് പുറത്തേക്ക് കുറച്ച് ദ്രാവകത്തെയൊഴുക്കി. ഇനിയാ ദ്രാവകം കുടിക്കണം. ആ ദ്രാവകം നുണഞ്ഞുകുടിക്കുവാൻ തയ്യാറായി അയാൾ ഇലയിലേക്ക് നാക്കു നീട്ടുമ്പോഴാണ് അത് സംഭവിച്ചത്,കരിയിലകളുടെ മുകളിലൂടെ ഓടിവന്നിരുന്ന ഏതോ ഒരു കാട്ടുജീവി ദ്രാവകമുള്ള ഇലയേയും തട്ടിത്തെറിപ്പിച്ചു കൊണ്ട് ഓടിയകലുന്നു.

അവസാന പ്രതീക്ഷയും അസ്തമിച്ചെന്ന് ഉറപ്പായ അയാളുടെ കണ്ണുകളിലേക്കപ്പോൾ ഇരുട്ട് വ്യാപിച്ചു തുടങ്ങിയിരുന്നു. താഴെ മലർന്നു കിടന്നിരുന്ന അയാളുടെ മറഞ്ഞുപോയ്കൊണ്ടിരുന്ന കണ്ണുകളിലപ്പോൾ വനവൃക്ഷങ്ങളുടെ തലപ്പുകളെല്ലാം കാവടിയാട്ടം നടത്തുകയായിന്നു, മറ്റൊരു അവസ്ഥയിലേക്ക് മാറപ്പെട്ട അയാളുടെ മനസ്സിന്റെ മുന്നിലപ്പോൾ ചില മുൻകാല ദൃശ്യങ്ങളിലെ കഥാപാത്രങ്ങൾ പലതും തെളിഞ്ഞു വരുന്നു. മനസ്സിന്റെ മുന്നിലുള്ള തിരശ്ശീലയിൽ ആദ്യമായ് തെളിഞ്ഞു വന്നത് ഉടലില്ലാ തലകളായിരുന്നു. ചില തലകൾ ചിരിക്കുന്നു, ചിലത് ഉച്ചത്തിൽ അട്ടഹസിക്കുന്നു, ചിലത് കണ്ണുനീരൊഴുക്കുന്നു. ഓരോ ഉടലില്ലാതലകളും മാറിമാറിയെത്തി അയാളോട് ചോദ്യ

ങ്ങൾ ചോദിച്ചു കൊണ്ടേയിരുന്നു.

"നീ എന്തിനു വേണ്ടിയാണ് ഞങ്ങളെയൊക്കെ ഇങ്ങനെ കൊന്നുതള്ളിയത്? ആർക്ക് വേണ്ടിയാണ് ഇത്രയും പാതകങ്ങൾ നീ ചെയ്തത്?, അതാ അങ്ങോട്ടു നോക്കൂ ആ കാണുന്ന പൈതലുകളിലൊരു കുഞ്ഞിന്റെ ചോറ്റു പത്രത്തിലല്ലെ നീയവസാനമായിട്ട് ബോംബ് വെച്ചത് ? ആ പൊട്ടിതെറിയിൽ ഇരുപത്തിരണ്ട് പൈതങ്ങളല്ലെ അന്ന് കൊല്ലപ്പെട്ടത്? നിന്റെ മനസ്സിൽ വർഗ്ഗീയ വിഷവും, വിദ്വേഷവും, പൈശാചികതയും കുത്തിവെച്ചർ പലരും ഇപ്പോഴും തിരശ്ശീലകൾക്ക് പുറകിൽ സുഖിച്ചുവാഴുകയല്ലെ ? അവർ നിന്റെ തലച്ചോറിനെ വിലക്കെടുത്ത് എന്തെല്ലാം ചെയ്തികൾ നിന്നേക്കൊണ്ട് ചെയ്യിപ്പിച്ചു?

നീ നടത്തിയ അവസാന സ്ഫോടനത്തിൽ നിന്റെയും കൈകൾ അറ്റുപോയില്ലെ? നിന്റെ മനസ്സു പോലെത്തന്നെ നിന്റെ മുഖവും വിരൂപമായില്ലെ ? നിന്നിൽ നിന്ന് ഇനിയൊരിക്കലും ഒരു ഗുണവും ലഭിക്കില്ലായെന്ന് ഉറപ്പായപ്പോഴല്ലെ നിന്റെ കൂട്ടത്തിലുള്ളവർതന്നെ നിന്നെ തടവിലാക്കിയതും അവസാനമിപ്പോൾ വധിക്കുവാൻ ശ്രമിച്ചതും ? നീചാ നീയൊരിക്കലും രക്ഷപ്പെടില്ല. നിമിത്തമെന്ന പാശം നിന്നെ ഇല്ലായ്മചെയ്യും.

അയാളുടെ ബോധമറ്റു തുടങ്ങിയ മനസ്സിന്റെ ഭിത്തിയിലപ്പോൾ ഉപബോധമനസ്സെത്തി കഴിഞ്ഞകാലങ്ങളിലെ നേർചിത്രങ്ങളോരോന്നോരോന്നും മെനഞ്ഞു തുടങ്ങി. വാറ്റുചാരയത്തിന്റേയും ഗന്ധകത്തിന്റേയും കഞ്ചാവിന്റെയും മണമുള്ള അച്ഛൻ. നെഞ്ചിലടിച്ചു കരഞ്ഞുകരഞ്ഞ് അവസാനം പാറമടയിലെ അഴുക്കുവെള്ളത്തിൽ ചത്തുപൊന്തിയ അമ്മ. തന്റെ കൈപിടിച്ച് മറ്റൊരുവന്റെ കയ്യിലേക്ക് വച്ചുകൊടുക്കുമ്പോൾ അയാൾ കൊടുത്ത പണം പോരായെന്നു പറഞ്ഞ് വീണ്ടുമയാളുടെ മടിശ്ശീലയിൽ നിന്ന് പണം

വാങ്ങി തൃപ്തിയോടെ മടങ്ങിയ അച്ഛൻ, ആ അച്ഛനെ പിന്നീട് താൻ കണ്ടിട്ടേയില്ലായിരുന്നല്ലൊ ? ഇപ്പോൾ ആ മുഖവും തെളിഞ്ഞു വരുന്നു. തന്നെയന്ന് കൊണ്ടുപോയവന്റെ ഇംഗിതങ്ങളിൽ പ്രകൃതി വിരുദ്ധ ലൈംഗീക പീഢനം മുതൽ ബോംബ് നിർമ്മാണം വരെയുണ്ടായിരുന്നു. പീന്നീട് തന്നെ നാല് പ്രാവശ്യമാണ് നാലു പേരിലേക്കായി കൈമാറ്റം ചെയ്യപ്പെട്ടത്. പുതിയ വ്യക്തികൾ അവർ ചെയ്യിപ്പിച്ചിരുന്നതും കഠിനമായ നിയമവിരുദ്ധ കുറ്റകൃത്യങ്ങൾ തന്നെയായിരുന്നു.

ഇപ്പോഴയാളിൽ മറഞ്ഞു പോയിരുന്ന ബോധമനസ്സ് തിരികെയെത്തി ചെറിയ ചില ചലനങ്ങളുണ്ടാക്കിയിരിക്കുന്നു. കരിയിലയിൽ അധിക ശബ്ദമുണ്ടാക്കാതെ ഇരതേടി ഇഴഞ്ഞുവരുന്ന ഒരു ഭുജംഗം നാക്കുകൾ നീട്ടി അയാളുടെ കഴുത്തിലൂടെ ഇഴഞ്ഞു കയറിക്കൊണ്ടിരിക്കയാണ്, അരിച്ചു കയറുന്ന തണുത്ത പാശത്തെ കുടഞ്ഞുമാറ്റാൻ അയാളപ്പോൾ വൃഥാ ഒരു ശ്രമം നടത്തി നോക്കി. ശരീരത്തിന് ചെറിയ ചലനമുണ്ടാക്കാനെ അയാൾക്കപ്പോഴും സാധ്യമായിരുന്നുള്ളു. പക്ഷേ, ആ ചലനം അത് വലിയൊരു അപകടത്തിലേക്ക് തന്നെ വഴിതെളിച്ചു കഴിഞ്ഞിരുന്നു.

അയാളിൽ ഏറെ നാളുകളായി കുടിയേറിയിരുന്ന പശ്ചാതാപങ്ങളും നോവേറ്റവും ഇപ്പോൾ അവസാനിക്കാറായെന്ന് അയാൾക്ക് ബോധ്യമായി. വനവൃക്ഷത്തലപ്പുകളെ ഇളക്കിക്കൊണ്ട് വലിയൊരു കാറ്റവിടെയെത്തിയപ്പോൾ കാറ്റിന്റെ കൈകളിൽ കരുതിയിരുന്ന കാർമേഘത്തെകൊണ്ട് അവിടം ശക്തമായി വൃഷ്ടി നടത്തിയിരുന്നു. വന്മരച്ചില്ലകളിൽ നിന്ന് അടർ

ന്നുവീഴുന്ന ജലകണങ്ങൾ താഴെകിടക്കുന്ന അയാളുടെ കഴുത്തിലൂടെ ഒലിച്ചിറങ്ങുമ്പോൾ അയാളുടെ കഴുത്തിലുണ്ടായിരുന്ന രണ്ട് ദംശനപാടുകളിൽനിന്ന് നിണം പൊടിയുന്നുണ്ടായിരുന്നു.

ജ്യോതി പ്രഭാകരൻ

5

അമ്മയെകാണാൻ

കഥാകൃത്ത് : പ്രശാന്ത് ചെറിയനാട്

വിലാസം:
പ്രശാന്ത് കുമാർ
കടമ്പാട്ട് പടീറ്റതിൽ
ചെറിയനാട് പി ഒ
ചെങ്ങന്നൂർ

എന്താ മോളെ നീ സങ്കടപ്പെട്ടിരിക്കുന്നേ.?
ഇന്ന് എന്റെ അമ്മ വരും.
ആര് പറഞ്ഞു ?
ഇവിടുത്തെ കണക്കെഴുതുന്ന മാമൻ പറഞ്ഞു.
എന്നിട്ടാ നീ സങ്കടപ്പെടുന്നെ ...? സന്തോഷിക്കയല്ലെ വേണ്ടത്...!
സന്തോഷം ഉണ്ട് എന്നാലും ഇങ്ങോട്ടല്ലേ വരുന്നേ അതാ ...
സാരമില്ല ഇനി നിനക്ക് നിന്റെ അമ്മയ്ക്കൊപ്പം ഇരിക്കാം , കിടക്കാം. ഹോ സന്തോഷം ആയില്ലേ ?
ഉ, സന്തോഷം ആയി. ഞാൻ കാത്തിരിക്കുകയാ വന്നാലുടൻ ഞാൻ നിന്നെ വിളിക്കാം കേട്ടോ.
സമയം കടന്നുപ്പോയി. നിരാശ നിറഞ്ഞ മുഖവുമായി കണക്ക് മാമന്റെ അടുതെത്തിയ കുഞ്ഞ് ചോദിച്ചു.

നേരം ഇത്രയും ആയില്ലേ എന്തേ എന്റെമ്മ വരാഞ്ഞത് മാമാ ?

തന്റെ പക്കലുള്ള ബുക്കിൽ നോക്കി മാമൻ പറഞ്ഞു "വന്നല്ലോ. ഇതിൽ ഒപ്പിട്ടുണ്ട്. മേൾ പോയി മാനേജരോട് ചോദിക്ക്. " വത്സല്യത്തോടെ കുഞ്ഞിന്റെ തലയിൽ തലോടി കണക്ക് മാമൻ പറഞ്ഞു.

കുഞ്ഞ് മാനേജരുടെ അടുതെത്തി. "എന്റെ അമ്മ ഇന്നുവരുമെന്ന് പറഞ്ഞിട്ട് വന്നു പക്ഷേ, കുഞ്ഞിനെ കാണാൻ വന്നില്ല എന്നാ അങ്ങനെ പറ്റിയെ ഞാൻ എത്ര നേരമായി കാത്തിരിക്കയാണന്നറിയാമോ ?

"മോളുടെ അമ്മ വന്നു പക്ഷേ ഇവിടെ അല്ല അപ്പുറത്തേ വീട്ടിലാ. ഇവിടെ ഉള്ളവർക്ക് അങ്ങോട്ട് പോകാൻ പാടില്ല, അവിടെയുള്ളവർക്ക് ഇങ്ങോട്ടുവരാനും പറ്റില്ല."

"അതെന്താ ഞാൻ ഇത്രയും നിളായി കാത്തിരിയ്ക്കയല്ലേ ?"

"ഇത്രയും നല്ല കുഞ്ഞായ മോൾക്ക് വേണ്ടി അവർ കാത്തിരുന്നില്ലാ. മോളെ ഒന്ന് കാണാൻ പോലും കൂട്ടാക്കാതെ ഇങ്ങോട്ട് പറഞ്ഞുവിട്ടില്ലെ ? അങ്ങനെ ചെയ്തത് വലിയ തെറ്റാണ് , ഒരിക്കലും പൊറുക്കാൻ പറ്റാത്ത , ഒരു സ്ത്രീകളും , അമ്മേമാരും ചെയ്യാൻ പാടില്ലാത്ത തെറ്റ്. അതുകൊണ്ടാ മോളുടെ അമ്മേ അങ്ങോട്ട് പറഞ്ഞുവിട്ടത് ?"

ഒന്നും മനസിലാകാതെ ആ കുഞ്ഞ് മനം വല്ലാതെ വിഷമിച്ചു. പതിയെ പുറത്തേക്കിറങ്ങി.

എന്നാലും എന്റെ അമ്മയെ എനിക്ക് കാണണം. എന്നെ ഇഷ്ടം ഇല്ലാത്ത കൊണ്ടാ ഇങ്ങോട്ട് പറഞ്ഞ് വിട്ടതെങ്കിലും,മോളാണന്ന് ഞാൻ പറയും ഒരു ഉമ്മ യെങ്കിലും ചോദിച്ച് വാങ്ങണം. എനിക്കും കെട്ടിപ്പിടി ച്ചൊരുമ്മ കൊടുക്കണം. എന്റെ അമ്മയല്ലേ ? എനി ക്കൊരു ദേഷ്യവുമില്ല.

പുറത്തിറങ്ങി അപ്പുറത്തേ വീട്ടിലേക്ക് നോക്കി അമ്മേ, അമ്മേ എന്ന് ആ കുഞ്ഞ് ഉറക്കെ വിളിച്ചു. പക്ഷേ, ആരും പുറത്തേക്ക് വന്നില്ല.

കരഞ്ഞ് കലങ്ങിയ കണ്ണുമായി ആ കുഞ്ഞ് താൻ വിളിക്കുന്ന വീടിന്റെ പേര് നോക്കി വായിച്ചു...

നരകം

തിരിഞ്ഞ് നിന്ന് തന്റെ വീടിന്റെ പേര് വായിച്ചൂ

സ്വർഗ്ഗം

പ്രശാന്ത് ചെറിയനാട്

6

ദുരന്തമാകുന്ന ലഹരി

കഥാകൃത്ത് : ബിജി തോമസ്

വിലാസം :
ബിൻസി രാജ്ജ
വലിയകാലയിൽ ഹൗസ്,
വടശേരിക്കര, പത്തനംതിട്ട
കേരളം, പിൻ : 689662
ഫോൺ : 7025081010

സമൂഹത്തിൽ എത്ര എഴുതിയാലും പറഞ്ഞാലും വീണ്ടും തെറ്റിൽ നിന്ന് തെറ്റിലേക്ക് മനുഷ്യൻ പോകുന്നതുകാണാം. അവർക്ക് വേണ്ടത് ബോധവൽക്കരണമാണ്. ഇവിടെ കഥയിലെ നായകന്റ ജീവിതവും അതെ പോലെ സംഭവിച്ചതാണ്. അവസാനം എന്താണ് സംഭവിച്ചത് എന്നറിയാൻ ഞാനും മുനീറും കൂടെ നടന്നു. മുനീറിന് അവനെ പറ്റി ഏകദേശം എല്ലാകാര്യങ്ങളുമറിയാം. ഞങ്ങൾ പോകുന്നത് അവന്റെ ഭാര്യ പ്രൊഫസർ ക്രിസ്റ്റി ഇന്ന് നാട്ടിൽ എത്തുന്നുണ്ട് ലഹരിയെങ്ങനെ സമൂഹത്തിൽ നിന്ന് മനുഷ്യനിൽ നിന്ന് മാറ്റിനിർത്താം എന്ന ഒരു ബോധവത്കരണ ക്ലാസ്സിന് നേതൃത്വം കൊടുക്കുന്നുണ്ട്. ഇനി മുന്നൂറ് മീറ്റർകൂടി നടന്നാൽ ഞങ്ങൾക്ക് ലക്ഷ്യസ്ഥാനത്ത് എത്താം. ഇന്നത്തെ

താരം റോഷൻ ആണ് ആള് എവിടെ ? എങ്ങനെ കഴി യുന്നു ? എന്ന് ചോദിച്ചാൽ ഉത്തരമില്ല. അതിനെക്കു റിച്ചറിയുവാൻ ഞങ്ങൾ നടക്കുകയാണ്. ഇന്നത്തെ കാലം പണ്ടത്തെ കാലവുമായി ഒരുപാട് വ്യത്യാസമു ണ്ട്. അത് തലമുറയുടെ വളർച്ചയാണ്. എന്നാൽ ഈ തലമുറ എങ്ങനെ വളർന്നു ? അതിനു പിന്നിൽ ഒളി ഞ്ഞിരിക്കുന്ന സത്യമുണ്ട്. അതായിരുന്നു അഭിമാനം എന്റെ മക്കൾ മറ്റുള്ളവരുടെ മുന്നിൽ തോറ്റുപോകാ തിരിക്കാൻ ഞാൻ എന്റെ ജീവിതം മറന്ന് കഷ്ടപ്പെടു ന്നു എന്ന് പറഞ്ഞതായ ഒരു തലമുറ ഇന്നത്തെ തല മുറയ്ക്ക് പിന്നിലായ് ഉണ്ട്. എന്നാലിന്നത്തെ തലമു റയുടെ ആഗ്രഹം അങ്ങനെയല്ല. അവർ അവരുടെ കാര്യംനോക്കി അങ്ങനെ പോകുന്നു. ഒരുപാട് സ്വപ് നങ്ങൾ നെയ്തുകൂട്ടിയ തലമുറ അവിടെ തോറ്റുപോ കുന്നു. ഇന്ന് പണമല്ല,പട്ടിണിയുമല്ല മുഖ്യം നേരെ മറി ച്ച് സുഖമാണ് മനുഷ്യന് വേണ്ടത് അതിനുവേണ്ടി അ വൻ എന്തും ചെയ്യും. ഇവിടെ കഥയിലുമങ്ങനെയാ ണ് സംഭവിച്ചത്.

റോഷന്റെ മാതാപിതാക്കൾ ഒരു തീരുമാനം എടുത്തു ഒരു മകൻ മതിയെന്ന്. മകന് ആവശ്യത്തിനും അനാ വശ്യത്തിനും പണം. ഇന്നിടുന്ന വസ്ത്രം പിന്നീട് ഇടു ന്നത് മാസങ്ങൾക്ക് ശേഷം. വിദ്യാഭ്യാസം ഉയർന്ന ഇം ഗ്ലീഷ് മീഡിയും സ്കൂളിൽ,എല്ലാ വിഷയങ്ങൾക്കും ട്യൂ ഷൻ. ആലിസും ഡേവിടും റോഷനെ വളർത്തി വലു താക്കി എന്നാൽ അവന്റെ യാത്ര ആ മാതാപിതാക്ക ൾ ഉദ്ദേശിച്ച രീതിയിൽനിന്ന് ഒരുപാട് വ്യത്യസ്തമായി രുന്നു. കാശും അഹങ്കാരവും ഉണ്ടെങ്കിൽ എന്തും നേ ടിയെടുക്കാം അത് സീതയെ തട്ടികൊണ്ട് പോയ രാവ ണനെ പോലെ. എന്നാൽ എല്ലാത്തിനും ഒരു അവസാ നവും ഉണ്ട്, ഇവിടെ കഥയിലുമതുതന്നെയാണ് സംഭ വിക്കുന്നത്.

മകന്റെ മുന്നോട്ടുള്ള തലതിരിഞ്ഞ പോക്ക് ആദ്യമെതിർത്തത് അച്ഛൻ ഡേവിഡ് ആയിരുന്നു. എന്നാൽ അച്ഛന്റെ വാക്ക് അവൻ പുഷ്പം പോലെ തള്ളിക്കളഞ്ഞു. അന്ന് അമ്മ അവന് കൂട്ടുനിന്നു. അതിനുശേഷം അവന്റെ പോരാട്ടം അച്ഛനോടായിരുന്നില്ല അമ്മയോടായിരുന്നു. അമ്മയോടുള്ള അവന്റെ അതിക്രമം തടയാൻ ചെന്നതായ അച്ഛന്റെ കഥ ആ രാത്രി തന്നെ അവൻ അവസാനിപ്പിച്ചു. ഉറങ്ങും മുൻപേ പ്രഷറിന്റെയും,ഷുഗറിന്റെയും ശരീരംവേദനയുടെയും ഗുളികകളും മരുന്നും വെച്ചിരുന്ന സ്ഥലത്ത് അച്ഛന് അവനതിൽ വിഷവും കലർത്തി. ഒന്നും അറിയാതെ മരുന്ന് കഴിച്ച അച്ഛൻ ചോര ഛർദ്ദിച്ച് ഹോസ്പിറ്റലെത്തും മുൻപേ മരിച്ചു.അവന് വേണ്ടത് പണമായിരുന്നു അതിനുവേണ്ടി അവൻ എന്തും ചെയ്തു. അമ്മയെ ബലം പ്രയോഗിച്ച് നിർബന്ധിച്ച് ഓരോ പേപ്പറുകളും ഒപ്പിട്ട് വാങ്ങി വീട് ഒഴിച്ച് അച്ഛൻ വാങ്ങിയിട്ട മൂന്നേക്കർ സ്ഥലവും വിറ്റു. അമ്മയ്ക്ക് അവനോടൊന്നും സംസാരിക്കാൻ വയ്യാത്ത അവസ്ഥയിലെത്തി. കൂട്ടുകാരുമൊത്തുള്ള പല കളികളിലും അവൻ തോറ്റു.പണമെല്ലാം ആണുങ്ങൾ കൊണ്ടുപോയി.

രാത്രിയിലെത്തുന്ന മകനുവേണ്ടി ആ വലിയ വീടിന്റെ വാതിലുകൾ അമ്മ കുറ്റിയിടാതെയായി. അവന് എപ്പോൾ വേണമെങ്കിലും വീട്ടിൽ വരാം ഇറങ്ങിപ്പോകാം അതേ നിലയിൽ എത്തി വീട്. ഏത് സമയത്ത് വേണമെങ്കിലും തന്നെയും കൊല്ലും തന്റെ മകൻ എന്ന ചിന്ത ആ അമ്മയുടെ മനസ്സിലുമുദിച്ചു. ആഹാരം വേണ്ട കഴിക്കുന്നത് മുന്തിയ ഹോട്ടലിൽ നിന്ന്. ചിന്തകൾ ആലീസിനെയും ഒരു ഭ്രാന്തിയാക്കി. ഒരുദിവസം മകൻ എത്തും മുൻപേ ആ അമ്മയും വീട്ടിലെ ഫാനിൽ കെട്ടി തൂങ്ങി. ഉള്ളിലെ മയക്കുമരുന്ന് അവിടെ മരിച്ചു കിടക്കുന്നത് തന്റെ മാതാവാണ് എന്നുപോലും ഒരു

തോന്നൽ അവന്റെ മനസ്സിൽ തോന്നിപ്പിച്ചില്ല. കെട്ടി തൂങ്ങിയാടുന്ന ആലീസിന്റെ ശരീരം ആരുമറിയാതെ അവൻ നിലത്തിറക്കി കട്ടിലിൽ കിടത്തി പള്ളിയിലെ കപ്യാരേ വിളിച്ച് വിവരം പറഞ്ഞ് പള്ളിയിൽ മണിയടി പ്പിച്ച് ആ ബന്ധവും അവിടെ അവസാനിപ്പിച്ചു.

ഇന്നെല്ലാം അവന് സ്വന്തം അവന്റെ ലഹരിയിലെ യാത്രയിൽ അവനെ സ്നേഹിച്ച പെണ്ണായിരുന്നു ക്രിസ്റ്റി. അവനെക്കുറിച്ച് ഒന്നും അറിയാത്ത പൊട്ടിപ്പെണ്ണ്. ഒരുപാട് ദൂരെയുള്ള പെണ്ണ്. അവന്റെ തലയിൽ ലഹരിയും അവളുടെ തലയിൽ പ്രണയവും എല്ലാം ഉപേക്ഷിച്ച് ക്രിസ്റ്റി അവനോടോപ്പം ആ വീട്ടിൽ എത്തി. നല്ലരീതിയിൽ നടക്കുന്നവന് ഇന്ന് പെണ്ണ് കിട്ടാത്ത കാലം. ഈ ലോക കൊലയാളിക്ക് എങ്ങനെ പെണ്ണ് കിട്ടി ? അതായിരുന്നു ആ നാട്ടിലെ വർത്തമാനം വീട്ടിലെത്തിയപ്പോൾത്തന്നെ അയൽവക്കത്തുള്ള (അയൽക്കാരോട്)ആരോടും കൂടുതൽ അടുപ്പം വേണ്ട എന്ന് അവൻ തീർത്തും പറഞ്ഞു

കല്യാണത്തിന്റെ സുഖങ്ങൾ അങ്ങനെ പതിയെ പതിയെ അകലാൻ തുടങ്ങി.റോഷന്റെ രാത്രി സഞ്ചാരം പതുക്കെ തലപൊക്കി തുടങ്ങി. എപ്പോഴോ അലമാര തുറന്നപ്പോൾ ക്രിസ്റ്റിയുടെ കയ്യിൽ ഒരു പൊതികെട്ട് കിട്ടി. എന്താണ് അതിലെന്ന് ചോദിക്കാൻ ചെന്നപ്പോളവിടെ റോഷന്റെ ഉള്ളിലെ സിംഹം സടകുടഞ്ഞു. പ്രതീക്ഷിക്കാതെ ഒന്ന് പൊട്ടി ചെള്ളയ്ക്ക്. അവിടെ തുടങ്ങി കലഹത്തിന്റെ ആദ്യപടി. മയക്കുമരുന്ന് ഉപയോഗിച്ച് വരുന്ന റോഷനെ പലരീതിയിലും അവൾ ഉപദേശിച്ച് നോക്കി. ഒരുരക്ഷയുമില്ല. സാഹിക്കാൻ പറ്റാത്ത ദേഹോപദ്രവം. സഹികെട്ട് അവൾ അവളുടെ അച്ഛനെ വിളിച്ച് വിവരം പറഞ്ഞു. അച്ഛനവളുടെ വാക്കുകൾ ആദ്യം കേട്ടില്ല. കാരണം എല്ലാവരെയും നിന്ദിച്ച് ഇറങ്ങിപ്പോയവളാണ് ക്രിസ്റ്റി. അച്ഛൻ വീട്ടിൽ

ഏത് സമയം കാണില്ല എന്ന് അവൾക്ക് നന്നായി അറിയാമായിരുന്നു, ആ സമയം നോക്കി അവൾ അമ്മയെ വിളിച്ച് കരഞ്ഞു പറഞ്ഞു. സത്യങ്ങളെല്ലാം അച്ഛൻ വീട്ടിൽ വന്നപ്പോൾ അമ്മ അച്ഛനോട് പറഞ്ഞു. അങ്ങനെ വീട് ഒരുവിധത്തിൽ കണ്ടെത്തി അവർ റോഷന്റെ വീട്ടിൽ എത്തി. വീടെത്തും മുൻപേ നാട്ടുകാർ അവന്റെ ലീലാ വിലാസങ്ങൾ പറഞ്ഞുകൊടുത്തു. റോഷനുവേണ്ടി അവർ കാത്തിരുന്നു. ലഹരി തലയ്ക്ക് പിടിച്ച് വീട്ടിലെത്തിയ റോഷന് ഭാര്യയേത്,അമ്മയേത് എന്ന് അറിയാത്ത അവസ്ഥ എത്തി. ക്രിസ്റ്റിയുടെ അച്ഛൻ അവരെയും കൊണ്ട് വെളിയിലേക്ക് ഇറങ്ങിയപ്പോൾ പിന്നിൽ നിന്ന് കൈവാളുമായ് എത്തി അവൻ അച്ഛന്റെ കഴുത്തിൽ വെച്ചു. വെട്ടിയില്ല.

"ക്രിസ്റ്റി രണ്ടിലൊന്ന് നിനക്ക് ഇപ്പോൾ തീരുമാനിക്കാം ഒന്നുകിൽ നിന്റെ അച്ഛൻ അല്ലെങ്കിൽ നീ എന്റെ വീട്ടിൽ."

അച്ഛനെ കൊന്നാലോ എന്ന് ഭയന്ന് അവൾ വീടിന്റെ ഉള്ളിലേക്ക് അലറി കരഞ്ഞുകൊണ്ട് പോയി.അച്ഛൻ പോലീസിൽ പരാതിപ്പെട്ടു. വിവരമറിഞ്ഞ പോലീസ് വിഷയം നാളെ നോക്കാം.ഇന്നിനി രാത്രിയായി എന്ന് പറഞ്ഞ് അവരെ യാത്രയാക്കി.വനിതാ കമ്മീഷനിൽ വിളിച്ചപ്പോൾ ബെല്ല് മാത്രം. അപ്പോഴേക്കും അച്ഛന്റെ ഫോണിൽ കോളെത്തി. അത് മറ്റാരുടെയും അല്ല ക്രിസ്റ്റിയുടെ ആയിരുന്നു.

"അച്ഛാ പോലീസിൽ പരാതിപ്പെടേണ്ട.റോഷൻ എല്ലാം നിർത്തികൊള്ളാം എന്നു പറഞ്ഞു കേട്ടോ അച്ഛാ."

മകളുടെ വാക്കിലെന്തോ പന്തികേട് ഉണ്ടെന്നു തന്നെ മനസ്സിലാക്കി അയാൾ വീട്ടിലേക്ക് മടങ്ങി.

റോഷന്റെ രീതികളൊക്കെ മാറി. കാശില്ലാതെയായപ്പോൾ അവൻ മറ്റൊരു വഴി കണ്ടു അതായിരുന്നു ക്രിസ്റ്റി. മുന്തിയ ആളുകളെ വീട്ടിലേക്ക് കൊണ്ടുവരുക എന്നിട്ട് ക്രിസ്റ്റിയെ വിളിക്കുക. അവർക്ക് മുന്നിൽ അവളെ വിൽക്കുക കാശ് കൊണ്ട് അവൻ മയക്കുമരുന്ന് വീട്ടിൽ കൊണ്ടുവരുക. അവന്റെ കച്ചവടം കൂടി. വീട്ടിലേക്കുള്ള എല്ലാ സാമഗ്രികളും കൊണ്ടുകൊടുക്കാനും വെച്ചുകൊടുക്കാനും ആളുകളായി. ഒരു മുറിയിൽ ചങ്ങലയിൽ ആയി തുടങ്ങി ക്രിസ്റ്റി. ഒരോദിവസവുമെത്തുന്ന ആളുകളിൽ നിന്നും കണക്കില്ലാതെ അവൾ വല്ലാതെ ശാരീരികപീഡനം സഹിക്കാൻ തുടങ്ങി. വരുന്നവരിൽ പലരും അവളോട് മൃഗത്തെപ്പോലെ പെരുമാറാൻ തുടങ്ങി. പലരും അവളെ പാവയെപ്പോലെ കണ്ടു. മരണവും ജീവിതവും അതിനിടയിലെ പട്ടിണിയും അവളെ ഭ്രാന്തിയാക്കി.ഒരുദിവസം അവൾക്ക് എങ്ങനെയോ കാലിലെ ചങ്ങല അഴിക്കാൻ താക്കോൽ വീണുകിട്ടി. അത് അവളുടെ ജീവിതത്തിലെ ഭാഗ്യമായിരുന്നു. അന്ന് അവൾ ആ വീട്ടിൽ നിന്ന് രക്ഷപ്പെട്ടു.കഥ അവസാനിച്ചില്ല.അവളെ കാണാതെ തുടങ്ങിയപ്പോൾ റോഷന് വല്ലാത്ത വേവലാതി ആയി തുടങ്ങി. അവൾ എവിടെപ്പോയി? അവളെ പറഞ്ഞ തീയതിയിൽ കൊടുക്കാമെന്ന് റോഷൻ പറഞ്ഞ പലരും വന്ന് അവനുമായി തല്ലുകൂടി മടങ്ങിപ്പോയി.

വാക്ക് വാക്കായി വഴക്കായി. വീട്ടിൽ പെണ്ണ് കച്ചവടത്തിന് എത്തിയ ഫെർണദാസ് അരയിലെ ഉറയിൽ നിന്ന് കത്തിയെടുത്ത് പതിനാല് കുത്ത് കുത്തി അങ്ങനെ റോഷനെ പരലോകത്തേക്ക് പറഞ്ഞുവിട്ടു.

ഇന്ന് ക്രിസ്റ്റി ഈ കഥകൾ സമൂഹത്തിനോട് പറയുവാൻ എത്തിയതാണ്. ഒരുമനുഷ്യൻ ലഹരിക്ക് അടിമയായാൽ പിന്നീട് ഉണ്ടാകുന്ന സംഭവങ്ങൾ അവൾ ആ ലഹരിയുടെ പൊതുയോഗത്തിൽ മനുഷ്യന് മുൻപകെ

പറയും അത് കേൾക്കാൻവേണ്ടി ഞങ്ങളും വിവേകാനന്ദ ആഡിറ്റോറിയത്തിന് ഉള്ളിലേക്ക് കടന്നു. മൈക്കിന് മുന്നിൽ അവൾ അനുഭവിച്ച കഥ പറഞ്ഞുതുടങ്ങി. പലരുടെയും കണ്ണുകൾ നിറയുന്നത് ഞാൻ കണ്ടു. ക്രിസ്റ്റിയുടെ ഓരോ വാക്കുകളും ഞാൻ എന്റെ ഡയറിയിൽ കുറിച്ചു.

"ലഹരിയുടെ ഹരത്തിൽ എന്താണ് താൻ ചെയ്യുന്നത്, തന്റെ മുന്നിൽ നിൽക്കുന്നത് ആരാണ്,എന്തിനാണ് താൻ ഇപ്പോൾ ഇങ്ങനെ ചെയ്യുന്നത് എന്നൊന്നും ആ ലഹരിക്ക് അടിമയായിരിക്കുന്ന മനുഷ്യന് അറിയില്ല. അതുകൊണ്ട് നമ്മുടെ മക്കളെ,പുതിയ തലമുറകളെ നമ്മുക്ക് സ്നേഹിക്കാം അവരോടൊപ്പം കൂടുതൽ സമയം ചിലവഴിക്കാം."

ആവാക്കുകൾക്ക് ഞാൻ ഡയറിയിൽ അടിവരയിട്ടു.

ബിജിതോമസ്

7

താവളം

കഥാകൃത്ത് : രമേശൻ കാഞ്ഞിരങ്ങാട്
വിലാസം:
ഗീതാലയം, കെ.വി.റോഡ്.
ചെമ്പിലോട്,മൗവ്വഞ്ചേരി പി.ഒ
കണ്ണൂർ 670613.
ഫോൺ : 771505 8864

കാട് പിടിച്ച് ഇരുൾ മൂടിയ വലിയ തെങ്ങിൽ തോപ്പിലെ അനാഥഗൃഹം. നാഥനില്ലാഞ്ഞിട്ടല്ല, നാഥന്മാർ ഏറെയായതാണ് ഈ ദുർഗതിക്ക് കാരണം. പെരുമ്പടപ്പ് മനയിലെ താവഴികളുടെ സ്വത്തിന് ഇന്ന് നാട്ടുകാർ പേരിട്ടിരിക്കുന്നത് താവളപ്പറമ്പെന്നാണ്. വിസ്തൃതമായ ഒരു തെങ്ങിൽ തോട്ടമായിരുന്നു , ആളൊഴിഞ്ഞ നേരമില്ലാത്ത ചരിത്രം. ഉത്സവത്തിനെത്തുന്ന ആനകളെ തളിച്ചിട്ടിരുന്ന പെരുമക്കാലം. തെങ്ങുകളിൽ തളയിട്ട് കയറി നാളികേരമിടുന്ന പണിക്കാരില്ലാത്ത ദിവസമില്ലായിരുന്നു. തേങ്ങകൾ പെറുക്കിക്കൂട്ടുന്ന പെണ്ണുങ്ങളുടെ ഉച്ചത്തിലുള്ള സംസാരം പറമ്പിലെ തെങ്ങുകൾക്ക് ആൾപ്പെരുമാറ്റത്തിന്റെ ലഹരി നൽകിയിരുന്നു , അതിനാൽത്തന്നെ തെങ്ങുകളിലെല്ലാം കായ്ഫലത്തിന്റെ ശ്രീ നിറഞ്ഞിരുന്നു.

കല്പവൃക്ഷമെന്ന പേരിനെ അന്വർത്ഥമാക്കുന്ന കൃഷിയിടം. തേങ്ങകൾ കൂട്ടിയിടാനായി മാത്രം ഉണ്ടാക്കിയ വിശാലമായ ഓടിട്ട വലിയൊരു കെട്ടിടവുമുണ്ടായിരുന്നു. ഒറ്റവാതിലുമേതാനും കിളിവാതിലുകളും മാത്രം.

പെരുമ്പടപ്പ് മനയിലെ ഐശ്വര്യം കെട്ടുപോകാത്തത് ആരുടെയോ സുകൃതമെന്ന് നാട്ടുകാർ അടക്കം പറഞ്ഞിരുന്നു. നല്ല നിലയിൽ തന്നെ ജീവിക്കുന്ന കുടുംബത്തിൽ ഈ ഒരു സ്വത്തിനെ ചൊല്ലി തർക്കമായി. ആരുമാരും വിട്ടുവീഴ്ചക്കില്ല. അതിന്റെ ദുരന്തഫലമെന്നോണം ആ വലിയ തെങ്ങിൻത്തോപ്പ് സംരക്ഷണത്തിന്റെ അഭാവത്താൽ ഇരുളടയുകയായിരുന്നു. കാട്ടുമരങ്ങളും പാഴ്വള്ളികളും പടർന്ന് പന്തലിച്ച് തെങ്ങുകളെ വരിഞ്ഞു മുറുക്കി. അവയ്ക്ക് കിട്ടേണ്ടിയിരുന്ന ലവണങ്ങളെല്ലാം പാഴ്മരങ്ങളും കളകളും വലിച്ചെടുത്ത് മതിയടഞ്ഞു. ഉണ്ടാവുന്ന അല്ലെങ്കിൽ ... ഒന്നോ രണ്ടോ കായ്ക്കുന്ന കുലകൾ പോലും ആരോരും സംഭരിക്കാതെ ദ്രവിച്ചടങ്ങി. സൂര്യന്റെ പ്രകാശമടങ്ങുമ്പോഴേക്കും പകലന്തിയോളം അധ്വാനിച്ച് നാലു കാശുണ്ടാക്കുന്നവൻ പാതിയിലേറെ ചെലവഴിച്ച് മദ്യവും വാങ്ങി ഈ പറമ്പിന്റെ അതിർത്തികൾക്കുള്ളിൽ തങ്ങളുടെ ചേതനകളെ തളച്ചിടുവാനായി കൂട്ടമായെത്തിച്ചേരുന്നു. ഒടുവിൽ ഉരഗങ്ങളെപ്പോലെ തിരിച്ചിറങ്ങുന്നു. പിന്നെയുമിരുളുമ്പോൾ ചിലർ വാസനാവിലാസത്തിന്റെ നിർവൃതി അടയാനായി തേവിടിശ്ശികളുമായെത്തുന്നു. ഇരുളിന്റെ മറയിൽ ചെറുനേരം രമിച്ച് തൃഷ്ണയെ തൃപ്തമാക്കി മടങ്ങുന്നു. ഇരുട്ടിന്റെ മറയിൽത്തന്നെ മറ്റൊരു കൂട്ടർ തങ്ങളുടെ മാലിന്യങ്ങൾ വലിച്ചെറിയാനും ഈ പറമ്പിനെത്തന്നെ ആശ്രയിക്കുന്നു. പെരുമ്പടപ്പ് മനയുടെ ഐശ്വര്യം പതിയെപ്പതിയെ നാശോൻമുഖമാവുകയാണെന്ന് ചിലരെങ്കിലും തിരിച്ചറിയുന്നു.

സ്വതവേ ആരും ഒറ്റക്ക് തോപ്പിലേക്കിറങ്ങാറില്ല. അത്രകണ്ട് ഭയാനകമാണ് സ്ഥിതി. പാമ്പുകളും ക്ഷുദ്രജീവികളും വാസമുറപ്പിച്ച ഭൂമി, രാത്രികളുടെ കറുത്തയാമങ്ങളിൽ മത്സരിച്ച് കൂവുന്ന കുറുക്കൻമാരുടെ വിളനിലം. എന്നിട്ടും ഒരാൾ, ഒരാൾ മാത്രം ആ നാളികേരപ്പുരയിൽ വാസമുറപ്പിച്ചിരിക്കുന്നു. ആദ്യമൊന്നും ആരും ശ്രദ്ധിച്ചില്ല. അങ്ങിനെ കരുതാനും തരമില്ലല്ലോ. പതിയെ ചിലരെങ്കിലും മറ്റുള്ളവരോട് പറഞ്ഞ് വന്നത് എല്ലാവരാലും ശ്രദ്ധിക്കാനിടയായി.

അന്ധകാരപ്പെരുമയിൽ ഒറ്റനാളം ആ തേങ്ങാപ്പുരയിൽ ജ്വലിക്കുന്നത് ചിലരെങ്കിലും കണ്ടു. അടയ്ക്കാനാവാത്ത വിധം ദ്രവിച്ച കിളിവാതിൽപ്പടിയിലായിരുന്നു ആ ദീപം തെളിയുന്നതെന്ന് ചിലരെങ്കിലും ഗണിച്ചെടുത്തു. എങ്കിലും ആരാവുമയാൾ എന്നത് വലിയ സമസ്യയായി കുറേ നാൾ തുടർന്നു. ഒരു പക്ഷെ ഉഗ്രവാദ സംഘമാവാമെന്നും അല്ല കള്ളൻമാർ തൊണ്ടി ഒളിപ്പിക്കുന്ന ഇടമാവാം എന്നെല്ലാം വിചിന്തനങ്ങൾ നടന്നു. ചർച്ചയുടെ സ്വഭാവം സദാചാരപ്പോലീസിന്റെ ഇടപെടൽ ആവശ്യമാണെന്ന കണ്ടെത്തലിൽ ചെന്നുനിന്നു. സ്വയം പ്രഖ്യാപിത പോലീസ് സംഘടിക്കപ്പെട്ടു. നിരീക്ഷണങ്ങളും രഹസ്യാന്വേഷങ്ങളും തുടങ്ങി. ഒരുമ്പെട്ടിറങ്ങിയാൽ നടക്കാത്തതെന്തുണ്ട്? കണ്ടെത്തി. അവർ ആളെ പിടികൂടി. പക്ഷെ അവരുടെ പ്രകോപനങ്ങൾക്കൊന്നും ചെവി കൊടുക്കാതെ, ദൃഷ്ടി അകലങ്ങളിലുറപ്പിച്ച് അയാൾ വരികയും പോകയും ചെയ്തുവന്നു. ദാർഷ്ട്യം വിളിച്ചോതുന്ന ആ മുഖത്തുനോക്കി സംസാരിക്കാൻ ആർക്കും തന്നെ ധൈര്യം വന്നില്ല. അങ്ങിനെയും കുറേ ദിവസങ്ങൾ നീങ്ങി. പുതിയ തീരുമാനവുമായി അപരിഷ്കൃത പോലീസ് പെരുമ്പടപ്പ് മനയിലെ തലതിരിഞ്ഞ വിത്തിന്റെ അടുത്തെത്തി.

മദ്യത്തിലും മയക്കുമരുന്നിലും ജീവിതം ദ്രവിപ്പിക്കുന്ന അനിയൻ നമ്പൂതിരി എന്നറിയപ്പെടുന്ന മുത്തു കൃഷ്ണനെ കാര്യങ്ങൾ ബോധിപ്പിച്ച് മുന്നിൽ നിർത്തി. അനിയൻ നമ്പൂതിരി തന്റെ ശക്തിയെല്ലാം ആവാഹിച്ച് ആടിയാടി അവരെത്തന്നെ തേടിയെത്തി. വാതുറന്ന് സംസാരിക്കാനാവാത്ത അനിയൻ നമ്പൂതിരി സദാചാരപ്പോലീസിനുതന്നെ ഭാരമായതല്ലാതെ ഒന്നും നേടാനായില്ല. ' അവൻ ' വരികയും പോകുകയും ചെയ്തുകൊണ്ടേയിരുന്നു.

ഒരു വൈകുന്നേരം നാട്ടുകരെയെല്ലാം ഞെട്ടിച്ചുകൊണ്ട്, പ്രത്യേകിച്ച് അവിടുത്തെ സദാചാരപ്പോലീസിനെ. ഒരു വാഹനം വന്നു നിന്നു. അത് അറിയപ്പെടുന്ന സാമൂഹ്യ സേവന സംഘത്തിന്റെ വാഹനമായിരുന്നു. സമൂഹത്തിലെ ഏറെ ആദരണീയരായ പ്രമുഖരുടെ സംരക്ഷണത്തിൽ നടത്തുന്ന ട്രസ്റ്റിന്റെ വാഹനമായിരുന്നുവത്. അവരെ അനുഗമിച്ചു കൊണ്ട് ദൃശ്യ മാധ്യമപ്പടയും. പൂമാലയണിഞ്ഞ് നിൽക്കുന്ന ' അവനെ ' കണ്ടതോടെ അന്നാട്ടിലെ ഊച്ചാളിപ്പോലീസും മറ്റും അത്ഭുതപരതന്ത്രരായി. എന്താണ് നടക്കുന്നതെന്നാർക്കും മനസ്സിലായില്ല. സത്യത്തിൽ ' അവൻ ' വലിയൊരു മനുഷ്യനായിരുന്നു. ഉന്നത വിദ്യാഭ്യാസവും ദീർഘകാലം വിദേശത്ത് ആതുര സേവനം ചെയ്തുണ്ടാക്കിയെടുത്ത സമ്പാദ്യം മുഴുവനും പാവപ്പെട്ടവന്റെ കണ്ണീരു തുടയ്ക്കാൻ നീക്കിവച്ച വലിയ മനുഷ്യൻ. എന്നാലൊരിക്കലും തന്നെ പരിചയപ്പെടുത്താതെയും നാഥനില്ലാത്തവർക്ക് തുണയായി എത്തുന്നവൻ.
ഉള്ളതൊന്നും തനിക്കായി ഉപയോഗിക്കാത്തവൻ !.
ആരോടും സ്വന്തം പേര് പോലും പറയാത്തവൻ.
അഗതികളുടെ തമ്പുരാനായി നടന്നിരുന്നത് മറ്റാരുമായിരുന്നില്ല, വിദേശ രാജ്യങ്ങളിൽ പോലും രാജ്യത്തിന്റെ യശസ്സുയർത്തിയ ഡോ. വത്സരാജായിരുന്നു.

അയാളെന്ന് കണ്ടെത്തിയത് തുറന്ന കണ്ണുകളുമായി നടക്കുന്ന മാധ്യമ ജീനിയസ്സ് വിനീത് മേനോൻ. ഒരു ഫീച്ചർ തയ്യാറാക്കാനായി സർക്കാർ ആശുപത്രിയിലെത്തിയപ്പോൾ ഒട്ടേറെപ്പേരിൽ നിന്നും അറിഞ്ഞ അദ്ദേഹത്തെ തേടിയെത്തി നിന്നത് സാക്ഷാൽ ഡോ. വത്സരാജിന് മുന്നിൽ. വിനീത് മേനോനെന്ന മനുഷ്യസ്നേഹിയുടെ ഇടപെടൽ ഡോ. വത്സരാജിന് തള്ളാനായില്ല. മാത്രവുമല്ല, തന്റെ കർമ്മമേഖല തന്നെയാണ് തന്റെ സേവനം ആവശ്യപ്പെടുന്നത്. ആ സാമൂഹ്യസേവന ട്രസ്റ്റിന് ഡോക്ടറുടെ സേവനം ലഭ്യമാക്കാൻ ഡോക്ടറുടെ നിഷ്കർഷകൾ അംഗീകരിക്കേണ്ടി വന്നു. ആരുടെയും മതിൽകെട്ടുകൾക്കുള്ളിൽ ബന്ധിതനാവാൻ താനില്ല എന്നായിരുന്നു പിടിവാശി.

"ഞങ്ങൾക്ക് , അഗതികൾക്ക് അങ്ങയുടെ സേവനം വേണം. അതിനായി യാതൊരു നിബന്ധനകളും ഞങ്ങളുടേതായിട്ടില്ല, എല്ലാം അങ്ങയുടെ ഇഷ്ടമനുസരിച്ച് നിശ്ചയിക്കാം. അങ്ങയുടെ ദിനചര്യകൾ അങ്ങയുടെ ഇഷ്ടാനുസരണം ".

എന്നിങ്ങനെ ഏറെ പണിപ്പെട്ടാണ് സമ്മതം നേടിയെടുത്തത്. കീഴടങ്ങലിൽ ആ വലിയ മനുഷ്യൻ ഒറ്റ ആവശ്യമാണ് പറഞ്ഞത്.

'തന്റെ ഏകാന്തവാസ സ്ഥലത്തുചെന്ന് തന്റെ വിലപ്പെട്ട രേഖകൾ തിരികെയെടുത്ത് വരണം.'

എന്ന് മാത്രം. എന്നാൽ വിനീത് മേനോന്റെ മാധ്യമപ്പടയും മണത്തറിഞ്ഞ് ഓടിയെത്തി. ഡോക്ടറെ കിട്ടിയ സേവന സംഘം അവരുടെ വാഹനവും നൽകി അയക്കുകയായിരുന്നു.

എന്തായാലും ആ മഹാന്റെ രഹസ്യവാസം പെരുമ്പട പ്പ് പറമ്പിനെ വൃത്തിയാക്കിയെടുക്കാൻ മനയിൽ, പുനർചിന്തയുണ്ടാക്കാനെങ്കിലും കാരണമാവട്ടെയെ ന്ന് നാട്ടുകാർ ഉള്ളാലെ മോഹിച്ചു.

രമേശൻ കാഞ്ഞിരങ്ങാട്

8

അന്ധവിശ്വാസം

കഥാകൃത്ത് : സൈറ റഷീദ്
വിലാസം:
സൈറാ റഷീദ്
പള്ളിപ്പറമ്പിൽ ഹൗസ് 18/1934 / എ
തറേഭാഗം, പള്ളുരുത്തി,
കൊച്ചി – 682006

പുഴയും കായലും പാടവും കൂടി ഒരു പച്ചപ്പു നിറഞ്ഞ ഒരു ഗ്രാമമായിരുന്നു എന്റേത്, ആ ഗ്രാമത്തിലെനിക്ക് ഓർമ്മ വെച്ച നാൾ മുതൽ അന്ധവിശ്വാസം നിറഞ്ഞ കാറ്റായിരുന്നു അവിടെ വീശി ഇരുന്നത്. ഉപ്പ മരിച്ച നാൾ തൊട്ട് ഉമ്മാന്റെ കണ്ണീര് കാണാൻ തുടങ്ങിയതാണ് ഉമ്മാക്ക് ഭർത്താവില്ല എന്നത് കാരണം എല്ലാവരും ഉമ്മയെ ഒരു അപശകുനമായി ആണ് കാണുന്നത്. എന്റെ ഗ്രാമം എല്ലാ ജാതി മതസ്ഥരും നിറഞ്ഞതാണ്. ഉമ്മ പാടത്ത് പണിയെടുക്കുവാൻ പോകുമ്പോളാരെങ്കിലും എതിരെ വന്നാൽ ഉമ്മ എത്രയും പെട്ടെന്നോടി പിന്നോട്ടു പോകണം, ഉമ്മയെ കണികണ്ടാൽ അവരുടെ കാര്യമൊന്നും നടക്കൂല്ല. എന്റെ ഉമ്മ ഒരുപാട് സഹിക്കുന്നതും കരയുന്നതും എന്നും വേദനയോടെ ഞാൻ കാണാറുണ്ടായിരുന്നു. ഉമ്മാക്ക് ഒറ്റ വിചാരമേ ഉണ്ടാ

യുള്ളൂ, എങ്ങനെയെങ്കിലും എന്നെ പഠിപ്പിക്കണം എന്നെ ഉയർന്ന നിലയിൽ എത്തിക്കണം. ഒറ്റ വാശിയായിരുന്നു, ഞാനും പരിശ്രമിക്കാൻ തുടങ്ങി എങ്ങനെയെങ്കിലും ഉമ്മയുടെ കഷ്ടപ്പാടിനു ഒരു ഉത്തരം എന്നെ കൊണ്ട് കൊടുക്കണം. അതേ വാശിയിലായിരുന്നു ഞാൻ. പിന്നെ എന്റെ മനസ്സിലൊരു വിചാരം ഉണ്ടായിരുന്നു എങ്ങനെയെങ്കിലും ഈ ഗ്രാമത്തിലെ അന്ധവിശ്വാസം മാറ്റിയെടുക്കണം. ഉമ്മയ്കും അതു തന്നെയായിരുന്നു. ഞാനും ഉമ്മയും കൂടി ആലോചന തുടങ്ങി.പിന്നെയാണ് എന്റെ മനസ്സിൽ ഒരു ബുദ്ധിയുദിച്ചത്, ഞാൻ പത്താം തരത്തിലെ പരീക്ഷക്ക് ആദ്യമായിട്ട് പോകുവാനിറങ്ങുമ്പോൾ യാത്ര ചോദിക്കേണ്ടത് ഭർത്താവില്ലാതെ നിൽക്കുന്ന ശാരദ ചേച്ചിയെ കണ്ടിട്ട് വേണം, പോകുവാൻ ഞാൻ പോകുമ്പോൾ ശാരദ ചേച്ചിയുടെ വീട്ടിൽ ചെന്ന് പറഞ്ഞു. ശാരദ ചേച്ചി എന്നോട് ചോദിച്ചു.

ഇമ്മിണി വലിയ പരീക്ഷക്ക് പോവുകയല്ലേ ? എന്നെ കണ്ടിട്ടുപോയാൽ മോൻ പരീക്ഷക്ക് തോൽക്കുമോ?

ആ വിശ്വാസത്തെ മറികടക്കണം എന്ന ആഗ്രഹമോർത്താണ് ഞാൻ ശാരദ ചേച്ചിയെ കണ്ടിട്ട് തന്നെ പരീക്ഷക്ക് പോകണമെന്ന് ഓർത്തത്. ഞാൻ പരീക്ഷക്ക് പോയി. എല്ലാം എഴുതി. നല്ല സന്തോഷത്തോടുകൂടി വരുമ്പോൾ അതാ ശാരദ ചേച്ചി നിൽക്കുന്നു.

എന്താ കുട്ടിയെ നിന്റെ പരീക്ഷ എല്ലാം കുളമായോ?

ഞാൻ ചെറിയ മന്ദസ്മിതത്തോടെ പറഞ്ഞു.

ആ അന്ധവിശ്വാസം മാറ്റാൻ ആണല്ലോ ശാരദ ചേച്ചിയെ കണ്ടു പോയത്, ഞാൻ എല്ലാം നല്ല പോലെ എഴുതി.ഒരെണ്ണം പോലും എഴുതാതെ ഇരുന്നില്ല.

ശാരദ ചേച്ചിക്ക് വളരെ സന്തോഷം തോന്നി. കുട്ടികളായാൽ ഇങ്ങനെ വേണം. പിന്നീടങ്ങോട്ടുള്ള ഓരോ കാൽവെപ്പിലും വിധവകളായ സ്ത്രീകളുടെ അനുഗ്രഹം വാങ്ങിയാണ് എല്ലാ കാര്യങ്ങളും ചെയ്തുകൊണ്ടിരുന്നത്. സമയം പോയതറിഞ്ഞില്ല ഇന്നാണല്ലോ എന്റെ ഐ.എ.എസ്സിന്റെ ഫലം വരുന്നത് പെട്ടെന്നെണീറ്റ് അടുത്ത വീട്ടിൽ പയ്യൻ പത്രം കൊണ്ടുവരുന്നതും നോക്കിയിരുന്നു. അപ്പോഴാണ് ചായക്കടയിലെ വേലായുധൻ ചേട്ടൻ ഓടിക്കിതച്ച് എത്തുന്നത്.
"കുട്ടിയിവിടെ എന്തെടുക്കുകയാണ് ? അറിഞ്ഞില്ലേ കുട്ടിക്കാണ് ഒന്നാംറാങ്ക്! "
എന്നു കേട്ടതും എന്റെ സന്തോഷത്തിന് അതിരില്ലായിരുന്നു ഉമ്മ വന്നു എൻ നിറുകയിൽ ഉമ്മം തന്നു. ഞാൻ പരിസരം മറന്നുപോയി. ഏറ്റവും കൂടുതൽ സന്തോഷത്തോടെ ഓടിയെത്തിയത് ഭർത്താവില്ലാത്ത ചേച്ചിമാരും അമ്മമാരുമായിരുന്നു. അവരുടെ സന്തോഷം പറഞ്ഞറിയിക്കുവാൻ പറ്റാത്തതായിരുന്നു. എന്നും പരീക്ഷക്ക് പോകുമ്പോൾ ഞങ്ങളുടെ അനുഗ്രഹം വാങ്ങിയാണ് കുട്ടി പോയിക്കൊണ്ടിരുന്നത്. അവാർഡ് വാങ്ങാൻ എന്നെ ക്ഷണിച്ചപ്പോൾ, രണ്ടുവാക്ക് സംസാരിക്കുവാൻ പറഞ്ഞപ്പോൾ, ഇത് കിട്ടുവാൻ പ്രചോദനം എന്താണ് എന്ന ചോദ്യത്തിന് ഞാൻ മറുപടി പറഞ്ഞത്.

"എന്റെ ഉമ്മയുടെ കഷ്ടപ്പാട് നിറഞ്ഞ ജീവിതവും അതിന്റെ കൂടെ എന്റെ ഉമ്മാക്ക് ഭർത്താവില്ലയെന്ന കാരണത്താൽ എന്റെ ഉമ്മയും, ഒരുപാട് ഭർത്താവില്ലാത്ത അമ്മമാരും സഹിച്ച വേദനകളുമാണ്. എന്റെ ഉമ്മയുടെയും എന്റെയും മനസ്സിലൊരു വിചാരമുണ്ടായിരുന്നു. ഈ അന്ധവിശ്വാസം ഈ ഗ്രാമത്തിൽ നിന്നും ആട്ടിപ്പായിക്കുക, ഞാനെന്നും പരീക്ഷക്ക് പോകുന്നത് ഭർത്താവില്ലാത്ത അമ്മമാരുടെയും എന്റെ ഉമ്മയുടെയും അനുഗ്രഹം വാങ്ങിയാണ്. എനിക്ക്

ഇത്രയും നല്ല മാർക്ക് കിട്ടിയതും അവരുടെയെല്ലാം പ്രാർത്ഥനകൊണ്ടാണ്. എന്റെ ഈ അവാർഡ് ഇവിടെയുള്ള ഭർത്താവില്ലാത്ത അമ്മമാർക്കുവേണ്ടി സമർപ്പിക്കുന്നു. ഇനി ഈ ഗ്രാമത്തിൽ ഇങ്ങനെയൊരു അന്ധവിശ്വാസം നില നിർത്താൻ പാടില്ല. "

എന്നു പറഞ്ഞതും എല്ലാവരുടെയും കൈയടികൾക്കിടയിൽ സന്തോഷത്തിന്റെ തിരമാല അലയടിച്ചു.

സൈറ റഷീദ്

9

വെള്ളാരം കണ്ണുകൾ

കഥാകൃത്ത് : ഉഷ ദാസ് ചെന്ദ്രാപ്പിന്നി
വിലാസം:
"തംബുരു ",
മുതിരപ്പറമ്പിൽ വീട്,
ചെന്ത്രാപ്പിന്നി .പി.ഓ, തൃപ്രയാർ വഴി ,
തൃശ്ശൂർ ജില്ല , പിൻ : 680 687.

നീണ്ട ഇരുപത്തിയാറ് വർഷങ്ങൾക്ക് ശേഷം തൃശൂർ റെയിൽവേ ക്വാർട്ടേഴ്സിന് മുന്നിലൂടെ രാജധാനി എക്സ്പ്രസിൽ ഒരു യാത്ര. ജനലരികിലിരുന്നത് ആ വീട്ടിലേക്കൊന്ന് എത്തി നോക്കാൻ വേണ്ടിയായിരുന്നു. എന്നോ അടച്ചിട്ട ജനൽ വാതിലിന് വർഷങ്ങളുടെ പഴക്കം

ഓർമ്മകൾ കുതിച്ചു പായുകയാണ് രാജധാനി എക്സ് പ്രസ് പോലെ. മധ്യവേനലവധി കഴിഞ്ഞു വന്നപ്പോഴാണ് സങ്കടപ്പെടുത്തുന്ന ആ സത്യം ടീച്ചർ പറഞ്ഞത്.

"ഈ വർഷം ലീഡറായി നമുക്കൊരാളെ തെരഞ്ഞെടുക്കണം. പറ്റിയ ഒരാളുടെ പേര് പറയു ."

ആരും പറഞ്ഞില്ല, ഒരാളുടെ പേരും ആരും നിർദ്ദേശിച്ചില്ല. തോമസുകുട്ടിക്ക് പകരം വെക്കാൻ ആറാം ക്ലാസ് ബി.യിൽ മറ്റൊരാളെ കണ്ടെത്താനാർക്കും കഴി

ഞ്ഞില്ല. വെളുത്ത് മെലിഞ്ഞ സുന്ദരൻ, അവന്റെ ചെറി ഒരു ചലനത്തിൽപ്പോലും സൗകുമാര്യം നിറഞ്ഞൊഴുകുന്ന, വെള്ളാരം കണ്ണുകളുള്ളവൻ. പഠിപ്പിലാണെങ്കിൽ അഗ്രഗണ്യൻ. നല്ല അച്ചടക്കവും ഉത്തരവാദിത്ത ബോധവുമുള്ള അവനോട് ആർക്കാണ് ഇഷ്ടം തോന്നാതിരിക്കുക?

"തോമസുകുട്ടി ഇനി സ്കൂളിൽ വരില്ല. അവന്റെ പപ്പക്ക് ട്രാൻസ്ഫർ കിട്ടി അവർ കൊല്ലത്തേക്ക് പോയി. " ഞെട്ടലോട് കൂടിയാണ് താൻ ടീച്ചർ അവസാനം പറഞ്ഞ വാചകം കേട്ടത്.

തോമസുകുട്ടീ നീ എവിടെ? ഒരു യാത്രാമൊഴി പോലും പറയാതെ നീ എങ്ങോട്ടാണ് പോയത്? ആരും കാണാതെ അവൻ സമ്മാനിച്ച മിഠായികളുടെ മധുരം നാവിൽ ഇപ്പോഴുമുണ്ട്. തുടർന്ന് ടീച്ചർ പറഞ്ഞതൊന്നും ശ്രദ്ധിക്കാൻ തോന്നിയില്ല.

" നിഷാ, എന്താണാലോചിച്ചിരിക്കുന്നത്? ക്ലാസിൽ ശ്രദ്ധിക്കുന്നില്ലേ? നമ്മളിനി ആരെ ലീഡറാക്കും?"

ക്ലാസിലെ കുട്ടികളെല്ലാം "നിഷ, നിഷ " എന്ന് വിളിച്ച് പറഞ്ഞപ്പോൾ താൻ ലീഡറായി ആറാം ക്ലാസ് ബി യിലെ തോമസുകുട്ടിയുടെ പകരക്കാരി. സന്തോഷിക്കാൻ തോന്നിയില്ല. കൺകോണുകളിലൊരിറ്റു കണ്ണുനീർ തെന്നിവീണു. പ്രിയപ്പെട്ട സഹപാഠി ക്കായ് ഒഴുക്കിയ ആദ്യത്തെ കണ്ണുനീരിന് പ്രണയത്തിന്റെ നോവുണ്ടായിരുന്നുവോ? വർഷവും വേനലും എത്രയോ കടന്നുപോയി. ഔദ്യോഗിക യാത്രകൾക്കിടയിൽ, ആൾക്കൂട്ടത്തിനിടയിൽ, താനിന്നും തിരയുന്നു ആ പ്രിയപ്പെട്ട വെള്ളാരം കണ്ണുകൾ.

ഉഷ ദാസ് ചെന്ദ്രാപ്പിന്നി

10

മുൻജന്മസുകൃതം

കഥാകൃത്ത് : റോബിൻ പള്ളുരുത്തി
വിലാസം:
വെള്ളത്തേടത്ത് ഹൗസ്
പൈ റോഡ്, പെരുമ്പടപ്പ്
പള്ളുരുത്തി പി.ഒ. കൊച്ചി
പിൻ :682006 , ഫോൺ :9846076701

കരയാൻ മറന്നവനാണവൻ ചുരുണ്ട മുടിയും പൂച്ചക്കണ്ണുകളും ഇരുനിറവും ദൃഢമായ പേശികളുമുള്ള സുമുഖനായ യുവാവ്. വിനായകൻ. അവനെങ്ങനെ അമ്പല നടയിൽ എത്തിയതെന്നത് ഇന്നും അജ്ഞാതമായിതുടരുന്നു. അമ്പലത്തിലെ മേൽനോട്ടക്കാരനായ കുട്ടൻ മാരാർക്കാണ് ദൈവനിയോഗം പോലെ അവന്റെ വളർത്തച്ഛനാകുവാനുള്ള ഭാഗ്യമുണ്ടായത്. മാരാരാണ് അവന് വിനായകൻ എന്ന പേര് നൽകിയതും. ഒറ്റത്തടിയായി കഴിഞ്ഞിരുന്ന തനിക്ക് ഭഗവാൻ അറിഞ്ഞുനൽകിയ വരപ്രസാദമാണ് വിനായകനെന്നാണ് വിനായകന്റെ ഭൂതകാലം തിരക്കിയെത്തിയവരോടെല്ലാം മാരാർ പറഞ്ഞത്. കുടുംബ ബന്ധങ്ങളറ്റ മാരാർക്ക് വിനായകൻ സ്വന്തം മകനായിമാറി. വിനായകനും അച്ഛനെന്നാണ് മരാരെ വിളിച്ചിരുന്നതും.

എന്നും പുഞ്ചിരിക്കുന്ന മുഖവുമായി അമ്പലനടയിൽ ഇടയ്ക്ക വായിക്കുന്ന വിനായകന് ആരാധികമാരും നാട്ടിൽ കുറവായിരുന്നില്ല. അതുകൊണ്ടു തന്നെ അവനോട് അസൂയയുള്ള ഒരു കൂട്ടം ചെറുപ്പക്കാരും അവനറിയാതെ തന്നെ അവന്റെ ശത്രുക്കളായി മാറി. പ്രത്യക്ഷത്തിൽ അവരെല്ലാവരും വിനായകന്റെ സുഹൃത്തുക്കളായിരുന്നെങ്കിലും അവനോടുള്ള അസൂയയും വെറുപ്പും അനുദിനം അവരുടെ ഉള്ളിൽ വളർന്നുകൊണ്ടേയിരിരുന്നു.

അമ്പലത്തിൽ വരുന്ന പല പെൺകുട്ടികളും വിനായകനോട് പ്രണയാഭ്യർത്ഥന നടത്തിയിരുന്നുവെന്നതും പലർക്കും നിരാശരാകേണ്ടി വന്നുവെന്നുള്ളതും വിനായകനും അവനാരാധിക്കുന്ന ഭഗവാനും മാത്രം അറിയാവുന്ന രഹസ്യമായി നിലനിന്നു. പക്ഷേ, ഒരാളുടെ പ്രണയാഭ്യർത്ഥന മാത്രം അവന് നിരസിക്കുവാൻ കഴിഞ്ഞില്ല. മാളവിക. ശങ്കരൻ മാഷിന്റെ മകൾ. ചന്ദനത്തിന്റെ നിറവും വിടർന്ന കണ്ണുകളുമുള്ള അവളുടെ മുടിയിഴകൾക്ക് മുല്ലയുടേയും തുളസിയുടേയും വശ്യമായ ഗന്ധമായിരുന്നു. അവളുടെ ഒരു പുഞ്ചിരിക്കായി അമ്പലപ്പറമ്പിലും ആൽമരത്തറയിലുമായി കാത്തുനിൽക്കുന്ന യുവഹൃദയങ്ങൾ നിരവധിയായിരുന്നു. പക്ഷേ, മാളവികയുടെ മനം കവർന്നത് വിനായകനായിരുന്നു. തന്റെ സഹപാഠിയായിരുന്ന മാളവികയെ പഠിക്കുന്ന കാലം മുതൽ വിനായകനും മനസ്സുകൊണ്ട് പ്രണയിച്ചിരുന്നു. എങ്കിലും താന്നൊരു അനാഥനാണെ തിരിച്ചറിവുകൊണ്ടാവാം, അവസരങ്ങൾ പലതും ഒത്തുവന്നിട്ടും ഒരിക്കൽപ്പോലും അവൻ തന്റെയുള്ളിലെ പ്രണയം അവളോട് പറഞ്ഞിരുന്നില്ല അതുകൊണ്ടുതന്നെയാവാം മാളവികയുടെ പ്രണയാഭ്യർത്ഥന അവന് നിരസിക്കുവാൻകഴിയാതിരുന്നതും.

അധികം വൈകാതെ തന്റെ മനസിലുള്ള ആഗ്രഹം വിനായകൻ വളർത്തച്ഛനായ കുട്ടൻമാരാരോട് വെളിപ്പെടുത്തി.

"മോനേ വിനൂ , മാളവിക നല്ല കുട്ടിയാണ്. എന്തുകൊണ്ടും നിനക്ക് യോജിച്ചവൾ തന്നെ. ശങ്കരൻ മാഷ് എന്റെ ഉറ്റ ചങ്ങാതിയാണ് ഞാനദ്ദേഹത്തോടൊന്ന് സംസാരിക്കട്ടെ . വലിയ സ്വപ്നങ്ങളൊന്നും കാണാതിരിക്കുന്നതാണ് നല്ലത്. കാരണം നമ്മുടെ കുറവുകൾ നമ്മൾ മറന്നുകൂടല്ലോ. പിന്നെ ഭഗവാൻ ഒന്നു നിശ്ചയിച്ചിട്ടുണ്ടെങ്കിൽ അത് മാറ്റാൻ മനുഷ്യർക്ക് പറ്റില്ല. എന്തായാലും ഞാൻ മാഷിനോട് സംസാരിക്കട്ടെ."

അച്ഛന്റെ വാക്കുകൾ വിനായകന് നൽകിയ സന്തോഷത്തിന് അതിരുകളില്ലായിരുന്നു. അവന്റ മനസിൽ മാളവികയുമായുള്ള വിവാഹത്തിന്റെ കതിർമണ്ഡപം ഒരുങ്ങി തുടങ്ങി. പകലോന്റെ പൊൻകിരണങ്ങൾ അവനിയിൽ പതിഞ്ഞു തുടങ്ങിയതും അമ്പലമാകെ പതിവു പോലെ വിനായകന്റെ ഇടയ്ക്കയിൽനിന്നും ഒഴുകിയെത്തിയ കീർത്തനങ്ങളുടെ സംഗീതത്തിനാൽ ഭക്തിസാന്ദ്രമായി. അല്പം കഴിഞ്ഞതും മറ്റൊരു വാർത്ത നാട്ടിൽ പരന്നു.

" ഭഗവാന്റെ തിരുവാഭരണം മോഷണം പോയിരിക്കുന്നു."

വാർത്ത കാട്ടുതീപോലെ നാട്ടിലെങ്ങും പടർന്നു. ആബാലവൃദ്ധം വിശ്വാസികളും അമ്പലനടയിൽ ഒത്തുകൂടി .

" ഊരും പേരും ജാതിം അറിയാത്ത ചില വരത്തൻമാരെ അമ്പലത്തിൽ കയറ്റിയപ്പോൾത്തന്നെ കരുതിയതാണ് അവസാനം ഇങ്ങനെയൊക്കെ സംഭവിക്കുമെന്ന്. "

ആൾക്കൂട്ടത്തിൽ നിന്നും ഉയർന്നുവന്ന ആരോപണത്തെ ശരിവെക്കുന്നവരും എതിർക്കുന്നവരുമായി നാട്ടുകാർ രണ്ട് ചേരിയായി തിരിഞ്ഞ് തർക്കം തുടങ്ങി. വിനായകനെ എങ്ങനെയെങ്കിലും കള്ളനാക്കണമെന്നത് മാത്രമായിരുന്നു അവിടെ കൂടിയിരുന്നരിൽ ചിലരുടെ ഗൂഢതന്ത്രം . അതിനായവർ വിനായകനെതിരെ കള്ളകഥകളും ആരോപണങ്ങളും നിരവധിയുണ്ടാക്കി.

"ഇല്ല . എന്റ കുട്ടി അങ്ങനെ ചെയ്യില്ല. ഭഗവാന്റെ തിരുവാഭരണം മോഷ്ടിക്കേ ? ഞാനെന്റെ കുട്ടിയെ അങ്ങനെയല്ല വളർത്തിയത്. എല്ലാ ദിവസവും ഭഗവാനെ ഉപാസിക്കുന്ന എന്റെ കുട്ടിക്ക് അങ്ങനെയൊന്നും ചിന്തിക്കാനെ കഴിയില്ല. "

വിനായകനെതിരെയുള്ള ആളുകളുടെ മുനവെച്ചുള്ള വാക്കുകൾക്ക് മറുപടി പറഞ്ഞു കൊണ്ട് കുഴഞ്ഞു വീണ കുട്ടൻ മാരാരെ വിനായകനും ശങ്കരൻ മാഷും ചേർന്ന് അൽത്തറയിലിരുത്തി.

"എല്ലാം രണ്ടുപേരുടേയും അഭിനയമാണ് . പോലീസ് വരട്ടെ അച്ഛനേയും മകനേയും അവർ വേണ്ട രീതിയിൽ കൈകാര്യം ചെയ്തോളും. അപ്പോ മനസിലാകും തിരുവാഭരണം എടുത്തതാരാണെന്നും അനാഥനാണെന്ന് പറയുന്ന വിനായകന്റെ യഥാർത്ഥ തന്ത ആരാണെന്നുമൊക്കെ .."

" ഒന്നു നിർത്തുന്നുണ്ടോ നിങ്ങളുടെ സംസാരം ? ശ്രീകോവിലിന് മുന്നിൽ നിന്നു കൊണ്ടാണ് ഇതെല്ലാം പറയുന്നതെന്ന് ഓർമ്മവേണം. "

"മേൽശാന്തിയും കീഴ്ശാന്തിയും ശ്രീകോവിലിനുള്ളിലെ കാര്യങ്ങൾ നോക്കിയാൽ മതി. പുറത്തേക്കാര്യങ്ങൾ ഞങ്ങൾ നാട്ടുകാർ നോക്കിക്കൊള്ളാം."

"അതുതന്നയാ എനിക്കും പറയാനുള്ളത്. മോഷണം പോകാത്ത തിരുവാഭരണത്തെ ചൊല്ലി ഇവിടെയൊരു തർക്കം വേണ്ട "

"മേൽശാന്തി എന്താ പറഞ്ഞുവരുന്നത് ? അപ്പോ തിരുവാഭരണം മോഷണം പോയിട്ടില്ലേ ?"

"ഇല്ല മാഷേ. തിരുവാഭരണം ശ്രീകോവിലിനുള്ളിൽ ത്തന്നെയുണ്ടായിരുന്നു. ഭഗവാന് ചാർത്തിയ പൂക്കളുടെ ഇടയിൽ അഴിഞ്ഞുവീണ് കിടപ്പുണ്ടായിരുന്നു. "

" എനിക്കറിയാം എന്റെ കുട്ടിയെ. അവനൊരിക്കലും ഭഗവാന്റെ ഒന്നും ആഗ്രഹിച്ചട്ടില്ല. ശ്രീകോവിലിന്റെ മുന്നിൽ നിന്ന് പ്രാർത്ഥിക്കുമ്പോൾ മാത്രമാണ് അവന്റെ കണ്ണുകൾ നിറയുന്നതുപോലും ഞാൻ കണ്ടിട്ടുള്ളത്."

"എല്ലാം ഭഗവാന്റെ പരീക്ഷണമായി മാത്രം കണ്ടാൽമതി മാരാരേ. എന്തായാലും എല്ലാത്തിനും ഒരു തീരുമാനമായ സ്ഥിതിക്ക് ഇനി പോലീസ് വരണമെന്നുണ്ടോ മേൽശാന്തിയേ ?"

"അതിന്റെ അവശ്യമുണ്ടെന്ന് തോന്നുന്നില്ല. പിന്നെ പോലീസ് വന്നാൽ നാട്ടുകാർക്കിടയിൽ തെറ്റിദ്ധാരണ പരത്തിയതിനും വിനായകനെ കള്ളനായി ചിത്രീകരിച്ചതിനും ഇവിടെ നിൽക്കുന്നതിൽ ചിലർ സമാധാനം പറയേണ്ടിവരും."

" എന്തായാലും ഇങ്ങനെയെല്ലാം സംഭവിച്ചത് ഭഗവാന്റെ ലീലാവിലാസമായി കണ്ടാൽമതി. ഇന്നിപ്പോൾ എല്ലാവരും ഇവിടെ ഒന്നിച്ചു ചേർന്ന സ്ഥിതിക്ക് ഒരു കാര്യം കൂടി ഞാനെല്ലാവരേയും അറിയിക്കുകയാണ്. ഈ വരുന്ന ചിങ്ങത്തിൽ എന്റെ മകൾ മാളവികയുടെ കഴുത്തിൽ വിനായകൻ താലിചാർത്തും ഇനിമുതൽ വിനായകൻ അനാഥനല്ല ശങ്കരൻ മാഷിന്റെ മരുമകനാണ്."

മാഷിന്റെ വാക്കുകൾ കേട്ട് കൂടി നിന്നവരെല്ലാം പിരിഞ്ഞു പോയിത്തുടങ്ങിയതും പതിവ് പോലെ അമ്പലത്തിൽ നിന്നും വിനായകന്റെ ഇടയ്ക്കയിൽ നിന്നുള്ള ഭക്തിസാന്ദ്രമായ താളനാദം ഉയർന്നുതുടങ്ങി.

" വന്ദേ മുകുന്ദ ഹരേ ജയ ശൌരേ
സന്താപ ഹാരി മുരാരേ..
ദ്വാപര ചന്ദ്രികാ ചർച്ചിതമാം
നിന്റെ ദ്വാരകാ പുരി എവിടേ....
പീലി തിളക്കവും കൊല കുഴൽ പാട്ടും
അമ്പാടി പൈക്കളും എവിടേ....
വന്ദേ മുകുന്ദ ഹരേ ജയ ശൌരേ
സന്താപ ഹാരി മുരാരേ.."

റോബിൻ പള്ളുരുത്തി

11

രുദ്രജ

കഥാകൃത്ത് : വൈക

വിലാസം :

മാതൃഛായ, പ്ലോട്ട് നമ്പർ : 269/1

സെക്ടർ : 3 / ബി, ഗാന്ധി നഗർ

ഗുജറാത്ത്, പിൻ - 382006

മാനത്തുനിന്നും പെയ്തിറങ്ങുന്ന മഴത്തുള്ളികൾക്ക് അന്നൊരു വശ്യമായ ഭംഗിയുണ്ടായിരുന്നു. ആരെയും കൊതിപ്പിക്കുന്ന ഒരു പ്രത്യേകചന്തം. പക്ഷേ, രുദ്രജയുടെ അഴകിന്റെ മുന്നിൽ മഴത്തുള്ളികളുടെ ഭംഗിയുടെ മാറ്റ് കുറഞ്ഞു തന്നെയിരുന്നു. ലോകത്തിലെ ഏറ്റവും വലിയ നദീജന്യ ദ്വീപായ മജുലിക്കരികിൽ താമസിച്ചിരുന്ന രുദ്രജയും മജുലിയെപ്പോലെ ഒരുപാടു പ്രത്യേകതകൾ ഉള്ളവളായിരുന്നു. ദക്ഷിണേന്ത്യയിലെ ഏറ്റവും വലിയ ശുദ്ധജല ദ്വീപായ മജുലിയെപ്പോലെ ശുദ്ധമായ മനസ്സായിരുന്നു രുദ്രജയുടേതും. മജുലിയെന്ന ദ്വീപും, രുദ്രജയെന്ന സുന്ദരിക്കുട്ടിയും ബ്രഹ്മപുത്ര നദിയുടെ മക്കൾ തന്നെയാണെന്ന് പറയാം, അത്രയ്ക്കും അടുപ്പമായിരുന്നു രുദ്രജയ്ക്ക് ആസ്സാമിലൂടെ ഒഴുകുന്ന ബ്രഹ്മപുത്രനദിയോട്.

രുദ്രജയേക്കാൾ സൗന്ദര്യം കുറഞ്ഞുപോയെന്ന അപകർഷതാബോധം കാരണമോ അതോ ബ്രഹ്മപുത്രയെ ഉമ്മവെക്കാനുള്ള ഒത്തിരിയുള്ള കൊതിയോ ? എന്താണെന്നറിയില്ല മഴത്തുള്ളികൾ ഒരുപാട് ശക്തിയോടെ താഴേക്ക് പതിച്ചുകൊണ്ടിരുന്നു. രുദ്രജയുടെ മനസ്സിലും ഒരു പേമാരി പെയ്തിറങ്ങുന്നുണ്ടായിരുന്നു രുദ്രജയുടെ മനസ്സിലെ കലുഷിതമായ അവസ്ഥയ്ക്ക് കാരണം അവനായിരുന്നു. അവളുടെ ഉറക്കം ഇല്ലാതാക്കുന്ന, എന്നും രാത്രി ആരും കാണാതെ അവളോട് മിണ്ടാൻ വരുന്ന ആ കറുത്ത കുറിയ മനുഷ്യൻ. അവൾക്കയാളെ ഇഷ്ടമേ അല്ലായിരുന്നു, ഒരുപാടു എതിർത്തിട്ടും അയാളെന്നും അവളെ കാണാൻ വരുമായിരുന്നു. അവൾക്കിഷ്ടമില്ലാത്തവിധം അവളോടൊപ്പം അയാൾ സമയം ചിലവഴിക്കുമ്പോൾ അവൾക്കവളോട് തന്നെ വെറുപ്പ് തോന്നാറുണ്ട്. ഇന്നീ മഴയുള്ള രാത്രിയിലും അവൻ അടുത്ത് വന്നിരിക്കുമ്പോൾ അവൾക്ക് ഓക്കാനം വരുന്നപോലെ തോന്നി. അവിടെ നിന്നോടിപ്പോകാൻ തോന്നിയവൾക്ക്. അപ്പോഴാണ് രോഹൻ വന്നത്.

"രോഹൻ...ഇയാളോട് പോകാൻ പറ..."

അവൾ ഉറക്കെ നിലവിളിച്ചു കൊണ്ട് ഓടിപ്പോയി രോഹനെ കെട്ടിപ്പിടിച്ചു.

രോഹൻ ഒന്നും മിണ്ടാതെ നിന്നു. അതു കണ്ടപ്പോൾ രുദ്രജയ്ക്ക് ഹൃദയം തകരുന്നപോലെ തോന്നി. അവൾ രോഹനെ വിട്ട് വീണ്ടും വികൃതമായ മുഖവും സ്വഭാവവുമുള്ള അയാളുടെ അടുത്ത് പോയി ഇരുന്നു.

ഹൃദയഭിത്തികളിൽ നിന്നുയർന്നു വന്ന തേങ്ങൽ അടക്കിപ്പിടിച്ചുകൊണ്ട് രോഹൻ അവിടെനിന്നും തിരിച്ചു നടന്നു.പോക്കറ്റിലിരുന്ന് ശബ്ദിച്ച ദൂരഭാഷിണിയിലെ സന്ദേശം അവന്റെ വിങ്ങുന്ന മനസ്സിലൊരു കുഞ്ഞു മഞ്ഞുതുള്ളിയായി വന്നുമ്മ വെച്ചു..

പ്രിയപ്പെട്ട കൂട്ടുകാരൻ മത്തായി അയച്ച ആ സന്ദേശം ഇങ്ങനെയായിരുന്നു...

"നാളെ പത്തുമണിയ്ക്ക് രുദ്രജയ്ക്ക് ഡോ: സാമുവലിന്റെ, ആസ്സാമിലെതന്നെ ഏറ്റവും പ്രശസ്തനായ മന:ശാസ്ത്രജ്ഞന്റെ അപ്പോയ്ന്റ്മെന്റ് കിട്ടിയിട്ടുണ്ട്. കൂട്ടുകാരിയുടെ മരണശേഷം രുദ്രജയനുഭവിക്കുന്ന ഈ ഭ്രമാത്മകത അഥവാ ഹാലുസിനേഷൻ, എന്നുമവളെ ഉപദ്രവിക്കാൻ വരുന്ന അവളുടെ മാത്രം ഭാവനയിലുള്ളആ ഭീകരനായ മനുഷ്യൻ അതെല്ലാം ഉടനെതന്നെ ഇല്ലാതാക്കാം. ഇനി നീ വിഷമിക്കേണ്ട ടാ."

വൈക

12

ഊയലാട്ടങ്ങൾ

കഥാകൃത്ത് : നമി ഷാജു

വിലാസം :
" അമ്പാടി " 12/1406 ബി
കളത്തിൽ പറമ്പിൽ ഹൗസ്
വി.എ.കുമാരൻ റോഡ്
പനയപ്പിള്ളി, കൊച്ചി 682 002

ഓർമ്മയുടെ ചില്ലുപാളികൾ ചിന്നി ചിതറുന്നതറിഞ്ഞ വൾ നിസ്സഹായതയോടെ കട്ടിലിൽ തളർന്നിരുന്നു. സ്വയം നഷ്ടപ്പെടുന്ന നിമിഷങ്ങളിൽ അവളവൾക്ക് തന്നെ അപരിചിതയാകുന്നുവെന്ന തിരിച്ചറിവിലവൾ തകരുകയായിരുന്നു.
തനിച്ചാകുന്ന അടുക്കള മൂലയിൽ ആരോടെന്നില്ലാ തെ സംസാരിച്ചു കൊണ്ടിരുന്ന അവളെ അവൾ തന്നെ ഭയന്നു . ഭീതിയുടെ കനൽക്കട്ടകൾ ഇടയ്ക്കി ടെ അവളെ പൊള്ളിക്കുന്നുണ്ട്,അലക്കുകല്ലിനരികി ൽ, കുളക്കടവിൽ, എല്ലായിടത്തും അവൾ വാചാല യാകുന്നു. കേൾവിക്കാരില്ലാത്ത വാക്കുകൾ അവൾ ക്കും ശൂന്യതയ്ക്കുമിടയിൽ പിന്നെയും പിന്നെയും പെറ്റുപെരുകി കഴിയുമ്പോൾ യഥാർത്ഥ്യത്തിന്റെ മാറാ ലക്കെട്ടുകൾ അവളെ വലിഞ്ഞു മുറുക്കും.

തുറിച്ചു നോക്കുന്ന കണ്ണുകൾ മൂക്കത്തു വിരൽ വെച്ചുകൊണ്ട് വിധിയെഴുത്ത് തുടങ്ങും. ആ വിധി ഏറ്റെടുക്കാനോ തള്ളിക്കളയാനോ ആകാതെ അവൾ വീണ്ടും മൗനത്തിനെ കൂട്ടുവിളിക്കും. പക്ഷേ, പിന്നെയും അവളെ തോൽപ്പിച്ചുകൊണ്ട് അവൾ കേൾവിക്കാരില്ലാത്ത വേദിയിൽ ആരോടെന്നില്ലാതെ സംവദിച്ചു കൊണ്ടിരിക്കും.

ഭ്രാന്തെന്നും,ബാധയെന്നും ഉള്ള രണ്ട് ചേരികളായി മുറുകിയ വടംവലിയിൽ മുറുകി മുറിയുന്ന മനസ്സിനെ ഓർത്തവൾ പിന്നെയും അവളിലേക്ക് ആഴ്ന്നിറങ്ങുവാൻ നോക്കി. താലിയുടെ അവകാശിയോട് സംസാരിക്കുകയിരുന്നവൾ. വാക്കുകൾക്ക് മാത്രം കടന്ന് ചെല്ലാവുന്നത്രയും ദൂരെ നിന്നുകൊണ്ടയാൾ അവളെ ആശ്വാസ വാക്കുകൾ കൊണ്ട് പൊതിഞ്ഞപ്പോൾ അവൾ കരയുകയായിരുന്നു.
"മനസ്സിലെ വിചാരങ്ങൾ ശബ്ദത്തിന്റെ ചേങ്ങിലകെട്ടി പുറത്തേക്കിറങ്ങുന്നു. നിമിഷങ്ങൾക്ക് ശേഷം മാത്രമാണ് ഞാൻ തിരിച്ചറിയുന്നത് ഞാൻ അടുത്ത് നിൽക്കുന്ന ആരോടോ എന്നപോലെ സംസാരിക്കുകയായിരുന്നു."
ആശ്വാസങ്ങൾ,വാക്കുകൾ കൊണ്ടുള്ള ചേർത്ത് പിടിക്കലുകൾ എല്ലാം കേട്ടവൾ തനിക്കൊന്നുമില്ലെന്നവൾ സ്വയം പറഞ്ഞ് പഠിപ്പിക്കുമ്പോഴാണ് മകൾ ഫോണുമായി വന്നത്.

"അച്ഛനാണ്."

അവൾ താൻ സംസാരിച്ചുകൊണ്ടിരുന്ന ഫോണിലേക്ക് നോക്കി. ശൂന്യമായ കൈ അവളെ നോക്കി ചിരിച്ചു.മകളുടെ കൈയിൽ നിന്നും ഫോൺ വാങ്ങി കാതോട് ചേർക്കുമ്പോൾ അവളുടെ മനസ്സ് ഒരുപാട് ദൂരെയായിരുന്നു.നിമിഷങ്ങൾക്ക് മുമ്പുള്ള ആശ്വാസ വാക്കുകളിൽ.ചേർത്ത് പിടിക്കലുകളിൽ.

"ഹലോ," കയ്യിലെ ഫോണിൽ നിന്നും ഉയരുന്ന മറുപടിയ്ക്കായുള്ള വിളിയിൽ ഒരു മൂളൽ മറുവിളിയായി ചെന്നു. വിറയുന്ന ആവലാതികൾ, ഉള്ളുലയുന്ന സങ്കടങ്ങൾ, പിന്നെയും ഉത്തരമറിയാത്ത ചോദ്യങ്ങൾ, എത്തപ്പെടാനാവാത്ത ദൂരത്തിന്റെ വീർപ്പുമുട്ടലുകളിൽ പിടയുന്ന നിസ്സഹായതയുടെ ഏറ്റുപറച്ചിലുകൾ. പരിഹാരം തേടി വാക്കുകളുടെ അലച്ചിലുകൾ മൗനത്തിൽ തട്ടിത്തടഞ്ഞു ദീർഘനിശ്വാസങ്ങളിലെത്തി വഴിമുട്ടി നിന്നു.

"ഞാൻ പോകാം. ഹോസ്പിറ്റലിലോ,ജ്യോൽസ്യന്റെ അടുത്തോ എവടെ ആണെങ്കിലും."

ഫോൺ തിരിച്ചു മോളെ ഏൽപ്പിക്കുമ്പോൾ അവളുടെ കുഞ്ഞുകണ്ണുകളിൽ ഭയത്തിന്റെ ചുവപ്പ് രാശി പടർന്നിരുന്നു.ഒന്ന് ചേർത്ത് പിടിക്കാൻ കൈ നീട്ടാനൊരുങ്ങുമ്പോൾ.
"അമ്മേ ഞാനിന്നുമുതൽ അച്ഛമ്മയുടെ കൂടെ കിടന്നോട്ടെ ? എനിക്ക് പേടിയാണ്."

ചുണ്ട് കടിച്ചമർത്തി തലയനക്കി സമ്മതം മൂളി.

"ആ കുഞ്ഞ് മനസ്സിൽ താൻ ആരാണ്?ഭ്രാന്തിയോ ? അതോ ബാധ കയറിയവളോ ?"

പിന്നെയുമവൾ ശൂന്യതയിൽ കേൾവിക്കാരെ സൃഷ്ടിക്കുകയായിരുന്നു. ചിരിക്കുന്ന,ആശ്വസിപ്പിക്കുന്ന, ചേർത്ത് നിർത്തുന്ന,തന്റെ വാക്കുകൾക്ക് കാതോർക്കുന്ന, അതിന് മറുപടി പറയാൻ കാത്തിരിക്കുന്ന ചിലരെ. ഏകാന്തതയിൽ കൂട്ടുകൂടാൻ മനസ്സ് ഒരരൂപിയെ സൃഷ്ടിക്കുമ്പോൾ കണ്ടില്ലെന്നു നടക്കുന്നതെങ്ങനെ. മായ്ച്ചു കളയാനാകാത്ത ഭ്രാന്തിന്റെ മുദ്രവീണ യാഥാർഥ്യം തിളയ്ക്കുന്ന മണ്ണിൽ നിന്നും കുതിച്ചുയരുന്ന മനസ്സിന്റെ ഊയലാട്ടങ്ങൾക്കൊടുവിൽ തിരിച്ചുവരാതങ്ങ് ഉയരത്തിൽ നിലയുറപ്പിക്കണം.

സ്വബോധത്തിന്റെ തീപ്പന്തങ്ങളേന്തിനിൽക്കുന്ന കണ്ണുകൾ നിറഞ്ഞ ഇടുങ്ങിയ വഴിയിലൂടെ ചിലമ്പിക്കൊണ്ടവൾ നടക്കുമ്പോൾ പൊള്ളുന്നുണ്ടായിരുന്നു. ഇടയ്ക്കവൾ തണുത്തു വിറയ്ക്കുന്നുണ്ടായിരുന്നു. ഇടയ്ക്കെപ്പോഴോ മരവിച്ചു പോയിരുന്നു. വിഭ്രാന്തിയിലെവിടെയോ തട്ടിയുടഞ്ഞ മനസ്സിനെ പരതിയവൾ കൂനാക്കൂനിരുട്ടിൽ എത്തിപ്പെട്ടപ്പോൾ അവളറിഞ്ഞു.സ്വബോധത്തിന്റെ തുറിച്ചുനോട്ടങ്ങളില്ലാത്ത ഇരുളിന്റെ സംരക്ഷണ വലയം. അത് ചെന്നെത്തുന്നത് തീപന്തങ്ങളില്ലാത്ത ഇടവഴിയിലാണെന്ന്.

പായുകയായിരുന്നവൾ. ഇടയ്ക്കിടെ അടർന്നുവീഴുന്ന മനസ്സിന്റെ താളങ്ങളെ കണ്ടില്ലെന്നു നടിച്ച്. ആ കൂരിരുട്ടിൽ ഒളിച്ചൊന്നു വാതോരാതെ സംസാരിക്കാൻ. പിടിച്ചു കെട്ടുകളില്ലാതെ പൊട്ടിച്ചിരിക്കാൻ. അതിരുകളും അരുതുകളുമില്ലാതെ അവളെ അവൾക്കൊന്നു കാണുവാൻ.ഒടുവിൽ പരാതികളില്ലാത്ത ഉപാധികളില്ലാത്ത മരണത്തെ ചേർത്തുപിടിച്ചൊന്നു മയങ്ങുവാൻ.

നമി ഷാജു.

13

പകൽക്കിനാവ്

കഥാകൃത്ത് : വിജയ മേനോൻ
വിലാസം:
വിജയ മേനോൻ
ശ്രീവിലാസം
അയ്യന്തോൾ
തൃശ്ശൂർ – 680003
ഫോൺ: 9447 696 190

അങ്ങകലെ ഒരു താരകം. അതെന്നെ മാടി വിളിക്കുകയാണ്. ഇത്രദൂരെ കാണുന്ന നക്ഷത്രത്തിലേക്ക് എങ്ങനെ പോകും, നടക്കാത്ത കാര്യം. പക്ഷേ, നോക്കിയിരിക്കെ അതൊരു സുന്ദരനായ ഗന്ധർവനായി താഴേക്കു പറന്നുവരുന്നു. ചിത്രവർണ്ണച്ചിറകുള്ള ഗന്ധർവൻ. താഴേക്കുവരുന്തോറും കൊതിപ്പിക്കുന്ന സൗന്ദര്യം. ഇത്ര ഭംഗിയുള്ളൊരാളെ ജീവിതത്തിൽ കണ്ടിട്ടില്ല. നോക്കിയിരിക്കെ അവനെന്റെ അടുത്തെത്തി. ഭൂമിയിൽ തൊട്ടതും അവന്റെ ചിറകുകൾ അപ്രത്യക്ഷമായി. എനിക്കാകെ ഒരു ഭയം. കൃഷ്ണേട്ടനെങ്ങാനും ഇപ്പോൾ വന്നുപെട്ടാലോ? ഞാൻ വഞ്ചകിയാണെന്ന് കരുതില്ലേ. ഓ വന്നെങ്കിൽ വരട്ടെ. ഇത്രയും സുന്ദരനായൊരാൾ ഈ ഭൂമിയിൽ ഇല്ല.

അയാളെന്നെ കണ്ണിമ ചിമ്മാതെ നോക്കി നിന്നു. എന്റെ നേരെ കൈകൾ നീട്ടി. ഒട്ടൊരു ഭയത്തോടെ ഞാനടുത്തു ചെന്നു. അയാൾ എന്നെ ചേർത്തുനിർത്തി. എന്റെ നെറ്റിയിൽ ചുംബിച്ചു. ഞാനാകെ കോരിത്തരിച്ചു. ആ നെഞ്ചോടു ചേർന്നു ഞാൻ നിന്നു. ഒരു മാദകഗന്ധം എന്നിൽ നിറഞ്ഞു. ഇതുവരെ അനുഭവിക്കാത്തൊരുന്മാദം ഞാനറിഞ്ഞു. ഞാൻ കൃഷ്ണേട്ടനെ മറന്നു. അയാൾ എന്നെ കോരിയെടുത്തു, ഞാൻ പാതി മയക്കത്തിലായിരുന്നു. എങ്കിലും അയാളിൽ ചിറകു മുളക്കുന്നതു ഞാൻ കണ്ടു. അയാൾ എന്നെയും കൊണ്ട് പറന്നുയർന്നു. ഞാൻ ഭയം കൊണ്ടു കണ്ണുകൾ അടച്ചു . അയാളെ ഇറുകെപ്പിടിച്ചു. പറന്നു പറന്ന് അയാളൊരു കൊട്ടാര സദൃശമായ മണിമന്ദിരത്തിലെത്തി. സ്വർണ്ണനിറമുള്ള മാലാഖമാർ അയാളെ എതിരേറ്റു. അപ്പോഴും ഞാൻ ഭയചകിതയായി എന്നാൽ അതിസന്തോഷവതിയായി അയാളുടെ മാറിൽ ചേർന്നിരുന്നു. അയാളെന്നെ മെല്ലെ താഴെനിർത്തി. തൂവെള്ള മേഘപാളികൾ എന്നെ പൊതിഞ്ഞു. അയാളെന്നെ ചേർത്തുപിടിച്ചു കൊണ്ടു മണിമന്ദിരത്തിലെ സ്വർണ്ണാങ്കിതമായ പട്ടുമെത്തയിൽ കിടത്തി. എനിക്കു കുളിരുന്നുണ്ടായിരുന്നു. ഞാൻ വിറക്കാൻ തുടങ്ങി. അയാൾ ഒരു സ്വർണ്ണ വർണ്ണമുള്ള കമ്പിളി കൊണ്ടെന്നെ പുതപ്പിച്ചു. വീണ്ടും നെറ്റിയിൽ ചുംബിച്ചു. ഞാൻ കണ്ണടച്ചു. അയാളെന്നിൽ പൂത്തിറങ്ങാൻ ഞാൻ മോഹിച്ചു. മനസ്സും ശരീരവും അയാൾക്കുവേണ്ടി ദാഹിച്ചു. കുറേ സമയം അയാളെന്നെ തഴുകിത്തലോടിക്കൊണ്ടിരുന്നു. ഞാനെല്ലാം മറന്നു. ഭൂമിയെമറന്നു വീടുമറന്നു, കൃഷ്ണേട്ടനെ മറന്നു. എന്റെ സ്വർഗ്ഗം ഇനിയിതാണ്. ഞാനിവിടെ റാണിയേപ്പോലെ ജീവിക്കും. കൃഷ്ണേട്ടൻ തരാത്ത എല്ലാ സുഖവും എനിക്കിവിടെ ലഭിക്കും. ഞാൻ ഭാഗ്യവതിയാണ്. കണ്ണു തുറക്കാൻ ഞാൻ കൂട്ടാക്കിയില്ല. എന്തെല്ലാമോ അനുഭവിക്കാനായി അക്ഷമയായി കാത്തിരുന്നു

" വനജേ, എടി വനജേ. ഇതെന്തൊരുറക്കമൊ ?"
"ആരോ വിളിക്കുന്നല്ലോ.ആരാവും ഇവിടെ കട്ടുറുമ്പാ യിട്ട്."
ഞാൻ മെല്ലെ കണ്ണുതുറന്നു.
"നീയെന്താ കതകും തുറന്നിട്ട് പകലുറക്കം. ആരെങ്കി ലും കയറി വീട്ടിലുള്ളതൊക്കെ എടുത്തോണ്ടുപോയാ ലും അറിയില്ലല്ലോ ഈശ്വരാ "
അയാൾ ദേഷ്യത്തോടെ അകത്തേക്കു പോയി.
"ഞാൻ പകൽകിനാവു കാണുകയായിരുന്നല്ലേ. ഒരി ക്കലും ഫലിക്കാത്ത കിനാവ്.".
എനിക്കു നിരാശ തോന്നി. ഞാൻ പതുക്കെ എഴുന്നേ റ്റു. ഉറക്കത്തിന്റെ ആലസ്യത്തിൽ കൃഷ്ണേട്ടന് ചോ റുവിളമ്പിക്കൊടുക്കാനായി അടുക്കളയിലേക്ക് നട ന്നു.

വിജയാ മേനോൻ
(വിജി പാഴൂർ)

14

പുലയിപ്പെണ്ണ്

കഥാകൃത്ത് : വീണ പ്രകാശ്
വിലാസം:
ഹൗസ് നമ്പർ -8/1411,
കണ്ണൻ പറമ്പിൽ,ഫ്രൂട്ടി ഹൗസ്,
ടി. ഡി. ഈസ്റ്റ്. റോഡ്, മട്ടാഞ്ചേരി,
കൊച്ചി. പിൻ :682006

അതെ അവൾ ഒരു സുന്ദരിയായിരുന്നു. അവളെ ഒന്നു കാണാൻ അവളെ ആസ്വദിക്കാൻ, ആ നാട്ടിലെ എല്ലാവരും കൊതിച്ചിരുന്നു.അവളുടെ സൗന്ദര്യത്തെക്കുറിച്ച് എത്ര വർണിച്ചാലും മതിയാവില്ല. അവളുടെ പേര് നീലിമ. അവളുടെ മാതാപിതാക്കൾക്ക് ഓമനിക്കാൻ ആകെയുള്ള ഏകമകൾ. അവർ തങ്ങളുടെ കഴിവിനനുസരിച് മോളെ വളർത്തി വലുതാക്കി. അവൾക്ക് പതിനാറുവയസ്സ്.അവരുടെ വീടിനടുത്തുള്ള അമ്പലത്തിൽ ഉത്സവമാണ്. ആ ഉത്സവത്തിന് പോകാൻ അവളുടെ കുഞ്ഞുമനസ്സ് കൊതിച്ചു. അവൾ പതിയെ തന്റെ മാതാപിതാക്കളോട് ഈ കാര്യം പറഞ്ഞു .അമ്മേ എനിക്ക് അമ്പലത്തിൽ ഉത്സവത്തിനു പോണം. എല്ലാവരും പോണത് കണ്ടില്ലേ. അപ്പോൾ അവളുടെ അപ്പൻ കോരൻ അവളോട് പറഞ്ഞു.

മോളെ അവിടെയൊന്നും അടിയാന്മാർക്ക് പൊയ്ക്കൂടാ. നമ്മളെല്ലാം കീഴ് ജാതിക്കാർ അല്ലെ. അത് വല്യ തമ്പ്രാക്കൻമാർക്കും തമ്പ്രാട്ടിമാർക്കും മാത്രം ദർശനം നടത്താനുള്ള ക്ഷേത്രം ആണ്. അല്ലാതെ നമ്മളെപ്പോലുള്ളവർ പോയ്കൂടാ. നമ്മൾ ആ ക്ഷേത്ര പരിസരത്ത് വല്ലതും പോയാൽ അതുമതി ഒരു ബഹളത്തിന്. മോളേ നീ അതൊഴിച്ച് വേറെ എന്തെങ്കിലും പറയ്.

അപ്പാ എനിക്ക് വേറെ ഒന്നും വേണ്ട.

കോരാനും അമ്മ കോതയും ധർമ്മ സങ്കടത്തിലായി. ഇപ്പൊ എന്താ ചെയ്യാ? ഈ കുട്ടീടെ ഒരു കാര്യം. തമ്പ്രാക്കന്മാരെങ്ങാനാനും കണ്ടാൽ ഈശ്വരാ ഒന്നുമങ്ങട് ഓർക്കാൻ പറ്റണില്ല. കുട്ടിയാണെങ്കില് തീരെയങ്ങട് സമ്മതിക്കണില്ല. ഈ കുട്ടിയെ എങ്ങനെയാ ഒന്നാശ്വസിപ്പിക്കാ. കോരൻ മോളോട് പറഞ്ഞു.

മോളെ കാവിലെ ഉത്സവം വരുമ്പോൾ നമുക്ക് കാണാൻപോകാം. അന്ന് ഒരു ദിവസം കീഴ്ജാതിക്കാർക്ക് ഉള്ളതല്ലേ. ധൈര്യമായി പോകാം. ആരുമൊന്നും പറയില്ല

അതു പറ്റില്ല. എനിക്ക് ഉത്സവത്തിന് പോണം.

അവൾ ദേഷ്യത്തോടെ അകത്തേക്ക് കയറി പോയി. രാത്രി ഏറെ നേരമായിട്ടും അവൾക്ക് ഉറങ്ങാൻ സാധിച്ചില്ല.

അമ്പലത്തിലെ കൊട്ടും പാട്ടും എല്ലാംകൂടി അവളെ വല്ലാതെ വിഷമിപ്പിച്ചു. രാത്രിയേറെയായി. നീലിമ പതിയെ തന്റെ അപ്പനും അമ്മയും ഉറങ്ങിയോന്ന് നോക്കി. അവർ രണ്ടുപേരും നല്ല ഉറക്കത്തിലാണ്. നീലിമ പതിയെ പുറത്തേക്ക് ഇറങ്ങി അമ്പലത്തിലേക്ക് നടന്നു. അവൾ ഒറ്റക്ക് പോകുന്നതു കണ്ടുകൊണ്ട് അവളെ പിന്തുടർന്ന് കൊണ്ട് രണ്ടു കണ്ണുകൾ

അവളുടെ പിന്നാലെ ഉണ്ടായിരുന്നത് അവൾ അറിഞ്ഞിരുന്നില്ല. അവൾ അമ്പലത്തിൽ നടക്കുന്ന ഉത്സവലഹരിയിലായിരുന്നു നടന്നിരുന്നത്. പെട്ടെന്ന് അവളുടെ കയ്യിൽ ആരോ കയറി പിടിച്ചു. അവളാകെ ഭയപ്പെട്ടു. എന്തുചെയ്യണം എന്നറിയാതെ നീലിമ ഉച്ചത്തിൽ കരയുവാൻ വാ തുറന്നതും അയാൾ അവളുടെ വായപ്പൊത്തി പിടിച്ചു കൊണ്ട് പറഞ്ഞു.

നീ ഇവിടെ കിടന്നു ബഹളം വെച്ചിട്ട് ഒരു കാര്യവുമില്ല. ഈ വഴിയെ ആരും വരികില്ല.അതു കൊണ്ട് മിണ്ടാതെയിരുന്ന് ഞാൻ പറയുന്നത് നീ കേൾക്കണം.

ശരി എന്ന് അവൾ തലയാട്ടി.

ഞാൻ നിന്നെ ഒരു പാട് ദിവസമായി ശ്രദ്ധിക്കുന്നുണ്ടായിരുന്നു. എനിക്ക് നിന്നെ ഇഷ്ടമാണ്

നിങ്ങൾ ആരാണ്. നീലിമ അയാളോട് ചോദിച്ചു.

ഞാൻ തൃക്കാട്ടു ഇല്ലത്തെ ഉണ്ണികൃഷ്ണനാണ്.

നീലിമ അയാളുടെ കൈ തട്ടിമാറ്റി കൊണ്ട് കുതറിമാറിനിന്നു.

നീ പേടിക്കണ്ട ഇവിടെ ആരും വരില്ല. ഞാൻ പറയുന്നത് നീ ഒന്ന് കേൾക്കു. നിന്നെ വേളികഴിക്കാൻ എനിക്ക് സമ്മതമാണ്. നിനക്ക് സമ്മതമാണോ?

നീലിമ ഒന്നും മിണ്ടാതെ തല കുനിച്ചു അയാളുടെ മുന്നിൽ നിന്നു. ഉണ്ണി നീലിമയുടെ മുഖം മെല്ലെ പിടിച്ചുയർത്തി. അവൾ നാണത്തോടെ അയാളുടെ മുഖത്തേക്കു ഒന്നു നോക്കി. പിന്നെ അയാളുടെ തോളിലേക്കു ചാഞ്ഞു കിടന്നു. അപ്പോഴും ഇതൊന്നും അറിയാതെ നീലിമയുടെ മാതാപിതാക്കൾവീട്ടിൽ നല്ല ഉറക്കത്തിലായിരുന്നു. അമ്പലത്തിൽ ഉത്സവം കാണാനുള്ള കൊതികൊണ്ട് പോയ നീലിമ ഉണ്ണിയുടെ കൈകളിൽ അകപ്പെട്ടുപ്പോയി. നേരം പുലരാറായപ്പോൾ രണ്ടു പേരും വീട്ടിലേക്ക് മടങ്ങി.

പിന്നിടുള്ള ദിവസങ്ങളിൽ ഈ കാഴ്ച്ച തുടർന്നുകൊണ്ടിരുന്നു. കുറച്ചു ദിവസങ്ങൾ കഴിഞ്ഞപ്പോൾ തന്റെ മകളുടെ ഭാവമാറ്റങ്ങൾ കണ്ട് ആ അമ്മ നിലിമയോട് ചോദിച്ചു.

മോളെ നിനക്ക് എന്താ പറ്റിയെ. കുറച്ചു ദിവസമായി ഞാൻ നിന്നെ ശ്രദ്ധിക്കുന്നു. നിന്നിലെ മാറ്റങ്ങൾ. നിന്റെ പെരുമാറ്റം ഒന്നും ശരിയല്ലാത്തതു പോലെ അമ്മയ്ക്ക് തോന്നുന്നു.

അപ്പോഴും ഒന്നും മിണ്ടാതെ നീലിമ പുറത്തേക്കുംനോക്കി ഒറ്റയിരിപ്പാണ്. ഭക്ഷണംപ്പോലും കഴിക്കാതെ ആരെയോ പ്രതീക്ഷിച്ചി രിക്കുന്നതുപ്പോലെ. അമ്മക്ക് ആകെപ്പാടെ എന്തോ ഒരു പന്തികേട് തോന്നി. അവർ അപ്പനോട് ഈ വിവരം അറിയിച്ചു. അപ്പനമ്മയോട് പറഞ്ഞു.

എടിയേ അത് അവളെ ഉത്സവത്തിന് കൊണ്ടുപോകാത്തതിലുള്ള വിഷമം കൊണ്ടായിരിക്കും.

അല്ലന്നേ ഇതു എന്തോ വേറെ പ്രശ്നമാണ്. എന്തായാലും അപ്പൻ മോളോടൊന്ന് ചോദിച്ചുനോക്ക്. മോൾക്ക് എന്തുപറ്റിയെന്ന് അറിയാമല്ലോ?

അപ്പൻ മോളെ വിളിച്ചു. മോളെ, നിലുമോളെ. അവൾ വിളികേട്ടു. എന്താ അപ്പാ. മോളിങ്ങു വന്നേ. അവൾ പതിയെ അപ്പന്റെ അരികിൽ ചെന്നുനിന്നു. തലയും കുമ്പിട്ടു കൊണ്ടുള്ള അവളുടെ നിൽപ്പുകണ്ടപ്പോൾ കോരന് ഭയങ്കര വിഷമം തോന്നി.

മോളെ നിനക്ക് എന്താ പറ്റിയെ? നീ അപ്പനോട് പറ.

അവൾ പൊട്ടിക്കരഞ്ഞു കൊണ്ട് അരികിൽ നിന്ന അമ്മയെ കെട്ടിപിടിച്ചു കൊണ്ട് പറഞ്ഞു. അമ്മയും അപ്പനും എനിക്ക് മാപ്പ് തരണം. ഞാൻ നിങ്ങളറിയാതെ തെറ്റ് ചെയ്തു പോയി.അപ്പോഴും ഒന്നും മനസ്സിലാകാത്തതു പോലെ മുഖത്തോടു മുഖം നോക്കി.

എന്താണെന്നു പറയൂമോളെ. അവൾ അമ്മയോട് മാത്രമായി ആ രഹസ്യം തുറന്നു പറഞ്ഞു. എന്റീശ്വരാ എന്ന് നിലവിളിച്ചു കൊണ്ട് അമ്മ നിലത്തേക്കുവീണു.

അമ്മേ അമ്മേ ഒന്ന് എണീക്ക്. അമ്മേ.

മോളെ നീ ഇത്തിരി വെള്ളം എടുത്തു കൊണ്ട് വരൂ.

നീലിമ വേഗം വെള്ളമെടുത്തു അമ്മയുടെ മുഖത്തേക്കു തളിച്ചു. അമ്മ കണ്ണുതുറന്നു മോളെയും അപ്പനെയും നോക്കി. പിന്നിട് അപ്പനോട് മോള് പറഞ്ഞതെല്ലാം പറഞ്ഞു. അപ്പൻ തലയിൽ കൈയും വെച്ച് എന്തുചെയ്യണം എന്നറിയാതെ മരവിച്ചമനസ്സുമായി ഇരുന്നു.

മോളെ ആരാ.... ആരാ നിന്നോട് ഈ ചതി ചെയ്തത്.

ഉണ്ണി. ഉണ്ണിയോ?

നീയും ഉണ്ണിയും തമ്മിൽ എന്താ ബന്ധം?

നീലിമ ഉണ്ടായ സംഭവങ്ങൾ എല്ലാം അപ്പനോടും അമ്മയോടും പറഞ്ഞു.

മോളെ ഉണ്ണി നിന്നെ വിവാഹം കഴിക്കാമെന്നു പറഞ്ഞോ? അതോ നിന്നെ പറ്റിക്കാൻ വേണ്ടി പറഞ്ഞതാണോ?

ഇല്ല അപ്പാ എന്നെ വിവാഹം കഴിക്കാമെന്നു ഉണ്ണിയേട്ടൻ പറഞ്ഞതാ. ഈ കാര്യം ഞാൻ ഒന്ന് ഉണ്ണിയോട് ചോദിക്കട്ടെ. ഞാൻ ഇപ്പം വരാം

എന്നുപറഞ്ഞു കൊണ്ട് അപ്പൻ പുറത്തേക്ക് ഇറങ്ങിപ്പോയി. കുറച്ചു നേരം കഴിഞ്ഞപ്പോൾ പുറത്തേക്ക് പോയ അപ്പൻ തിരിച്ചു വന്നത് കണ്ട് നീലിമ അപ്പനോട് ചോദിച്ചു.

അപ്പാ ഉണ്ണിയേട്ടൻ എന്താ പറഞ്ഞെ?

മോളെ നിന്റെ മുഖത്തു നോക്കി ഞാൻ അത് എങ്ങനെയാ പറയേണ്ടേ?

എന്താ, എന്തായാലും പറയ് അപ്പാ.

ഉണ്ണിക്ക് നിന്നെ വേണ്ട. നിന്നെ വിവാഹം കഴിക്കാൻ അവന് സമ്മതം അല്ലെന്നും അവൻ പറഞ്ഞു.
നീലിമ ആകെ തളർന്നു പോയി.
ഉണ്ണിയേട്ടൻ ഉണ്ണിയേട്ടൻ എന്തിനാ എന്നെ ചതിച്ചത്. എന്നെ ഓരോന്ന് പറഞ്ഞു മോഹിപ്പിച്ചത്. വലിയ വലിയ സ്വപ്നങ്ങൾ നെയ്തത്. ഈശ്വരാ ഇതെല്ലാം കള്ളമായിരുന്നോ?
ഇനി എന്തു ചെയ്യണമെന്നറിയാതെ അവൾ ആകാശത്തേക്കു നോക്കി തന്റെ സങ്കടങ്ങൾ ഓരോന്നും പറയാൻ തുടങ്ങി. ആ പറച്ചിലിൽ അവളുടെ മനസ്സിന്റെ താളം പതിയെ പതിയെ തെറ്റി തുടങ്ങിയത് അവൾ അറിയുന്നുണ്ടായിരുന്നില്ല.

കുറച്ചു ദിവസങ്ങൾ കഴിഞ്ഞപ്പോൾ അവളുടെ ഈ പ്രവർത്തികൾകണ്ട് അവളുടെ അപ്പന്റെയും അമ്മയുടെയും മനോനില പതിയെ മാറുന്നത് ആരും അറിഞ്ഞില്ല.ഒരു ഉത്സവത്തിന്റെ പേരിൽ ഒരു കുടുംബം അനാഥമായത് ആരുമറിഞ്ഞില്ല. ആരും ആ കുടുംബത്തിന് പറ്റിയ ദുർവിധിയെ ഓർത്ത് സങ്കടപ്പെടാനുമുണ്ടായില്ല.

വീണ പ്രകാശ്

15

സ്പേസ് ബ്ലാസ്റ്റ്

കഥാകൃത്ത് : വൈക്കം സുനീഷ് ആചാര്യ

വിലാസം :

ഇടവേലിൽ വീട് , വൈക്കം. പി. ഒ

കോട്ടയം, പിൻ : 686608

ഫോൺ : 8156819803

വർഷം 2060

ലോകമെങ്ങും തലയുയർത്തി നിൽക്കുകയാണ് ഇന്ത്യ. ചൊവ്വയിൽ മൂന്ന് കോളനികളാണ് ഇന്ത്യ സ്ഥാപിച്ചിരിക്കുന്നത്. അതിൽ അമ്പത്തിനായിരത്തോളം പേര് ഭൂമിയിലേതുപോലെ ജീവിച്ച് വിജയം കണ്ടെത്തി. മൈക്രോബെബസ് ഫാമിംഗ് സംവിധാനത്തിലൂടെ ഭക്ഷണ സാധനങ്ങൾ വിളയിക്കുന്നതിലും വിജയിച്ചു. ലോകരാജ്യങ്ങളെല്ലാം ഇന്ത്യയെ അസൂയയോടെ നോക്കിക്കാണാൻ തുടങ്ങി. ഡിജിറ്റൽ ഇന്ത്യ എന്ന പദവിയിലേക്ക് വന്നപ്പോൾ തന്നെ ചൈന പോലുള്ള രാജ്യങ്ങളുടെ ശത്രുത സമ്പാദിച്ചിരുന്നു.

ചൈനയുടെ സ്വകാര്യ മിലിറ്ററി ഏരിയയിൽ അതീവ രഹസ്യമായ കൂടിക്കാഴ്ച്ച നടക്കുന്നു. ചൈനയുടെ ചാരവൃത്തിക്കായ് നിർമ്മിച്ച റോബോട്ടുകളെ ചൊവ്വയിൽ നിന്നും തിരികെ കൊണ്ടുവന്നിരുന്നു.

പ്ലാനറ്റ് ഓപ്പറേഷൻ തലവൻ ടിയാൻഗ് റോബോട്ടുക ളിൽ നിന്നും വിവരങ്ങൾ സൂപ്പർ കമ്പ്യൂട്ടറിലേക്ക് മാറ്റി കൊണ്ടിരിക്കുന്നു. എല്ലാവരും അതിശ്രദ്ധയോടെ നോക്കിയിരിക്കുകയാണ്.

"ഓഹ് മൈ ഗോഡ് "
ടിയാൻഗ് അമ്പരന്ന് തലയിൽ കൈവെച്ചു.

"ഇന്ത്യ ചൊവ്വയിൽ മിലിറ്ററി ബേസ് സ്ഥാപിക്കുന്നു. അത് നമുക്ക് വളരെ ആപത്താണ്. ഈ വളർച്ച തട ഞ്ഞേ പറ്റൂ."

"പക്ഷേ, എങ്ങനെ ? "

"നശിപ്പിക്കണം.. മുഴുവനും.. നമ്മൾ പുതിയതായ് വികസിപ്പിച്ച സാറ്റലൈറ്റ് ബോംബ് പരീക്ഷിക്കാൻ സമയമായ്."

എല്ലാവരുടെയും കണ്ണുകളിൽ ഭയം നിഴലിച്ചിരുന്നു. ആസ്ട്രോ ഗവേഷണ തലവൻ മിയൻ ചിങ് എഴുന്നേ റ്റുനിന്നു. എല്ലാവരുടെയും കണ്ണുകൾ അയാളിലേക്ക് തിരിഞ്ഞു.

"കാലാവസ്ഥ പഠനമെന്ന പേരിൽ സാറ്റലൈറ്റ് ചൊവ്വ യുടെ അന്തരീക്ഷത്തിലെത്തിക്കണം. ഇന്ത്യയുടെ കോളനികളുള്ള ഭാഗത്തെത്തുമ്പോൾ പൊട്ടിത്തെറി ക്കണം. അതോടെ തീരും അവന്റെയൊക്കെ അഹ ങ്കാരം. പിന്നെ നമ്മൾ ചൊവ്വ കീഴടക്കും "

"എക്സ്സലെന്റ് പ്ലാൻ "എല്ലാവരും സമ്മതം മൂളി.

പിറ്റേ ദിവസം തന്നെ ചൈനീസ് പ്രധാനമന്ത്രി പത്രസ മ്മേളനത്തിൽ സാറ്റലൈറ്റ് വിക്ഷേപിക്കുന്ന കാര്യം പ്രഖ്യാപിച്ചു. ടിയാൻഗ് ഉള്ളിൽ ചിരിച്ചു. ഇത് തന്റെ ഊഴമാണ്. വിജയിച്ചാൽ കോടികൾ കയ്യിൽവരും. ടിയാൻഗ് ദ്രുതഗതിയിൽ കാര്യങ്ങൾ നീക്കി.

സാറ്റലൈറ്റ് വഹിച്ചു കൊണ്ട് ബഹിരാകാശത്തേക്ക് കുതിക്കാൻ റോക്കറ്റ് തയ്യാറായിക്കഴിഞ്ഞു. ടിയാൻഗ് അവസാന പരിശോധനകളിലാണ്. ടിയാൻഗിന് ഇന്ത്യയോട് കടുത്ത വിരോധമുണ്ട്. സ്വന്തം സഹോദരനെ ചരവ്യത്തിക്കേസിൽ ശിക്ഷിച്ച രാജ്യമാണ്. ഇന്ത്യയുടെ സ്വാതന്ത്ര്യ ദിനത്തിൽത്തന്നെ ചൊവ്വയിലെ കോളനി തകർക്കണം. അപ്പോൾ ഓഗസ്റ്റ് 14 നു വിക്ഷേപിക്കണം.

പ്രധാനമന്ത്രിയുടെ അനുമതി വാങ്ങി. ഓഗസ്റ്റ് 14 രാവിലെ സമയം 8.10. അവസാന പരിശോധന നടന്നു കൊണ്ടിരിക്കുന്നു.9.17 നു റോക്കറ്റ് കുതിച്ചുയരും. പതിനാറ് മണിക്കൂറുകൾ കൊണ്ട് ഭ്രമണ പഥത്തിലെത്തും. ടിയാൻ മനസ്സിൽ കണക്കുകൾ കൂട്ടി.ഓഗസ്റ്റ് 15 രാവിലെ എട്ടുമണിക്ക് ദേശീയ പതാക ചുവന്ന കോട്ടയിലുയരുമ്പോൾ ചൊവ്വയിൽ ഇന്ത്യയുടെ നട്ടെല്ലൊടിക്കുന്ന സ്ഫോടനം. പിന്നെ എല്ലാം ചൈനയുടെയല്ല എന്റെ നിയന്ത്രണത്തിൽ. ടിയാൻന്റെ കുടില ബുദ്ധിയുണർന്നു.

സമയം 9.16.

ഒരു മിനിറ്റ് മാത്രം ബാക്കി. റോക്കറ്റ് കുതിച്ചുയർന്നു. ടിയാനും കൂട്ടരും ഒരു ചിരിയോടെ സല്യൂട്ട് നൽകി. എല്ലാവരും സ്പേസ് സെന്ററിൽ നിരീക്ഷണത്തിലാണ്. എല്ലാം മോണിറ്ററിൽ വീക്ഷിക്കുകയാണ്. മണിക്കൂറുകൾ ഓരോന്നായ് കൊഴിഞ്ഞു. ഓഗസ്റ്റ് 15 വെളുപ്പിന് ഒരു മണി കഴിഞ്ഞു 17 മിനിറ്റ് ആകുമ്പോൾ സാറ്റലൈറ്റ് ചൊവ്വയുടെ അന്തരീക്ഷത്തിലേത്തും. സമയം ഒരുമണി കഴിഞ്ഞു. ഇനി ഏതാനും നിമിഷങ്ങൾ. എല്ലാവരും ആകാംക്ഷയോടെ മോണിറ്ററിലേക്ക് കണ്ണെടുക്കാതെ നോക്കിയിരിക്കുകയാണ്. സമയം ഒരുമണി കഴിഞ്ഞ് പതിനേഴു മിനിറ്റ്.

സാറ്റ്ലൈറ്റ് വിജയകരമായി ചൊവ്വയുടെ അന്തരീക്ഷത്തിൽ പ്രവേശിച്ചു, ഭ്രമണം ചെയ്യാൻ തുടങ്ങി. ഏതാനും മണിക്കൂറുകൾ കഴിയുമ്പോൾ ഇന്ത്യൻ സമയം എട്ടുമണിക്ക് കോളനിയുടെ മുകളിലേക്ക് ഉഗ്രസ്ഫോടനത്തോടെ പതിക്കും. വീണ്ടും കാത്തിരിപ്പ്. ടിയാനും കൂട്ടരും സ്വന്തം രാജ്യത്തിനു ഏറ്റവും സന്തോഷം പകരുന്ന വാർത്ത സമ്മാനിക്കുന്ന നിമിഷങ്ങൾ എണ്ണിയിരിക്കുന്നു. ഇന്ത്യൻ സമയം ഏഴുമണി കഴിഞ്ഞു മുപ്പത്തിയഞ്ച് മിനിറ്റ്. ടിയാനും കൂട്ടരും ആകാംക്ഷയോടെ, ക്ഷമയോടെ കാത്തിരിക്കുകയാണ്.

ചൊവ്വയിലെ ഇന്ത്യൻ കോളനിയിൽ എല്ലാവരും ഉറക്കത്തിലാണ്. ഒന്നുമറിയാതെ. ഏതാനും നിമിഷങ്ങൾക്കകം ആ ജന്തുക്കൾ പൊട്ടിത്തെറിച്ചു നാമവശേഷമാകും. ടിയാൻ ആ നിമിഷങ്ങളടുത്തു വരുന്നതോർത്തു സന്തോഷം കൊണ്ട് മതി മറന്നു.പെട്ടെന്നാണ് ടിയാനും കൂട്ടരും ഒരു കാര്യം ശ്രദ്ധിച്ചത്. സാറ്റലൈറ്റിനെ ലക്ഷ്യം വെച്ചുകൊണ്ട് മറ്റൊരു സാറ്റലൈറ്റ്.

"മൈ ഗോഡ്. ബസ്റ്റാർഡ്സ് ആർ ടൂ ബ്രില്ലിയന്റ്.
നമ്മുടെ പദ്ധതി പാളി "

ഇന്ത്യ അതീവ രഹസ്യമായി ചൊവ്വയിൽ വിക്ഷേപിച്ചിരുന്ന ആന്റി സാറ്റലൈറ്റ് വെപ്പൺ ചൈനയുടെ സാറ്റലൈറ്റിനെ ഉയരങ്ങളിൽ വെച്ചു തന്നെ ഇടിച്ചുതെറിപ്പിച്ചു നാമവശേഷമാക്കി. ടിയാൻ തല ചുമരിലിടിപ്പിച്ചു. കമ്പ്യൂട്ടറുകൾ തട്ടിത്തെറുപ്പിച്ചു. ഭ്രാന്തനെപ്പോലെയലറി.

ഇന്ത്യൻ സമയം എട്ടുമണി ഡൽഹിയിലെ ചുവന്ന കോട്ടയിൽ പതാകയുയർന്നു.

"ഭാരത് മാതാ കീ ജയ് "

വിവരമറിഞ്ഞ് സാറ്റലൈറ്റ് റിസർച്ച് ആൻഡ് ഡിഫെൻസിന്റെ ഡയറക്ടറും ബ്ലാസ്റ്റ് ഓപ്പറേഷന്റെ സൂത്രധാരനും എഴുത്തുകാരനുമായ എസ് കെ.ആചാര്യ ഒരു മന്ദഹാസത്തോടെ തന്റെ പതിവ് ദിനചര്യകളിലേക്ക് കടന്നു.

വൈക്കം സുനീഷ് ആചാര്യ.

16

ആഗ്രഹം

കഥാകൃത്ത് : ബിന്ദു വേണു
വിലാസം : ചോറ്റാനിക്കര
എറണാകുളം
കൊച്ചി
ഫോൺ : 94466 05244

"അമ്മേ...."
മോളുടെ ഉച്ചത്തിലുള്ള വിളികേട്ടാണ് സുമ ഉറക്കത്തിൽ നിന്നും ഞെട്ടിയുണർന്നത്....

"എന്താ കൊച്ചേ സമാധാനത്തോടെ ഉറങ്ങാനും സമ്മതിക്കില്ലേ? "

നല്ലൊരു സ്വപ്നത്തിൽ നിന്നും തന്നെ ഉണർത്തിയതിന്റെ ദേഷ്യത്തിലാണ് സുമ.

വാനവീഥിയിൽ മേഘങ്ങൾക്കിടയിലൂടെ ഒഴുകിയൊഴുകി അപ്പൂപ്പൻത്താടി പോലെ പറന്നു നടക്കുന്ന സമയത്തായിരുന്നു മോളുടെ വിളി.

ഉറക്കച്ചടവോടെ സുമ എഴുന്നേറ്റിരുന്നു...

"അമ്മക്കെന്താ വയ്യേ ?"
മോൾ നെറ്റിയിൽ തൊട്ടു നോക്കി.
"പനിയൊന്നുമില്ലല്ലോ പിന്നെന്താ അമ്മ കിടന്നത്?"
സുമ ഉള്ളാലെ ചിരിച്ചുപോയി. അവൾക്ക് അറിയില്ല ല്ലോ താൻ രാവിലെ എഴുന്നേറ്റു ജോലികൾ തീർത്ത് വീണ്ടും കിടന്നതാണെന്ന്. പാവത്തിന് കോവിഡ് പോസിറ്റീവ് ആയിരുന്നു. നെഗറ്റീവ് ആയിട്ടും അതിന്റെ ക്ഷീണത്തിൽ നിന്നും ഇതുവരെ മുക്തയായിട്ടില്ല.
"മോള് അമ്മക്കൊരു ചായ ഇട്ടു താ."
"ശരിയമ്മേ ഇപ്പൊ തരാട്ടോ. "
അവൾ വേഗം അടുക്കളയിലേക്ക് പോയി.
സുമ പുറത്തേക്ക് നോക്കിയിരുന്നു. മുറ്റത്തെ ചാമ്പമരത്തിൽ കരിയിലകിളികൾ കലപില കൂട്ടുന്നുണ്ട്. കൂട്ടത്തിൽ അണ്ണാറക്കണ്ണനും. ചാമ്പക്ക തിന്നാനുള്ള തിരക്കിലാണവൻ
"അമ്മേ ഇന്നാ ചായ. ആഹാ അമ്മ രാവിലെ എഴുന്നേറ്റല്ലേ ?" അവൾ ചിരിച്ചുകൊണ്ട് ചോദിച്ചു.
"ങ്ങാ. അച്ചന് ചോറ് കൊണ്ടുപോകണ്ടതല്ലേ അതുകൊണ്ട് നേരത്തെ എഴുന്നേറ്റതാ. ചുമ്മാ ഒന്ന് കിടന്നതാ ഉറങ്ങിപ്പോയി, നല്ലൊരു സ്വപ്നത്തിലായിരുന്നു അപ്പോഴാ കൊച്ചെന്നെ വിളിച്ചുണർത്തിയത്."
"ഈ അമ്മയുടെ ഒരു കാര്യം. സ്വപ്നം ഇനിയും കാണാമല്ലോ."
"ഉം... ശരി ശരി   പോയി ബ്രഷ് ചെയ്ത് വല്ലതും കഴിക്കാൻ നോക്ക്..."
ലത ചായ ഊതി കുടിച്ച് പുറത്തേക്ക് നോക്കിയിരുന്നു. രാവിലെ തുടങ്ങിയ മഴയാണ് , മഴയുടെ സംഗീതം കേട്ടിരിക്കാൻ നല്ല സുഖം. വെള്ളിനൂൽ പോലെ പെയ്തിറങ്ങി ഇലകളിലൂടെ ഊർന്ന് മുത്തുമണികൾ പോലെ താഴെ വീണ് പൊട്ടിച്ചിതറുന്നത് കാണാൻ എന്താ ഒരു രസം!

ഓരോന്ന് ഓർത്തിരുന്നപ്പോൾ തലേദിവസം താനും ഭർത്താവും കൂടിയുള്ള സംസാരം ഓർമ്മയിലെത്തി, അപ്പോൾ അവളുടെ മുഖം ശോകഭാവ മായി.
സന്ധ്യക്കുള്ള പ്രാർത്ഥന ശേഷം രണ്ടാളും കൊച്ചുവർത്തമാനവും പറഞ്ഞ് ടീവി ന്യൂസ് കാണുകയായിരുന്നു. വാർത്തകളിൽ നിറഞ്ഞു നിന്നത് കൊറോണയെന്ന മഹാമാരി.
"ടീവി ഓഫ് ചെയ്യൂ ഏട്ടാ. കേട്ടിട്ട് തലയാകെ പെരുക്കുന്നു." അവൾ വിഷമത്തോടെ പറഞ്ഞു.
രവി വേഗം ടീവി ഓഫ് ചെയ്തു. അല്ലങ്കിൽ അവനറിയാം അവൾ വെറുതേ ഓരോന്ന് പറഞ്ഞുകൊണ്ടിരിക്കും. അതിലും ഭേദം ഓഫ് ചെയ്യുന്നതാണ്.
"ഏട്ടാ...".കുറേനേരം കഴിഞ്ഞ് സുമ രവിയെ വിളിച്ചു.
"ഉം, അവൻ മൂളി"
"നമ്മളിൽ ആരാണ് ആദ്യം മരിക്കുക?"
"അതിപ്പോ എങ്ങനെ പറയുക. മരണം അതെപ്പോ വേണേലും ആർക്കും സംഭവിക്കാം. എന്റെ ആഗ്രഹം എന്നേക്കാൾ മുന്നേ നീ മരിക്കുന്നതാണ്."
അവൻ പറഞ്ഞു നിർത്തി.
അവൾ ഞെട്ടിപ്പോയി. അവനിൽ നിന്നും അവളൊരിക്കലും പ്രതീക്ഷിക്കാത്ത മറുപടി.
"എന്നാലും നിങ്ങൾ ഇങ്ങനെ പറയുമെന്ന് ഞാൻ സ്വപ്നത്തിൽ പോലും ചിന്തിച്ചില്ല. ഇത്ര ദുഷ്ട്ട മനസ്സാണോ മനുഷ്യാ നിങ്ങളുടേത് ?"
നിറഞ്ഞൊഴുകിയ കണ്ണുനീർ തുടച്ചുകൊണ്ട് ചോദിച്ചു. അതുകേട്ടപ്പോൾ അവനാകെ ദേഷ്യം കൊണ്ട് വിറഞ്ഞു.
"ഞാൻ അങ്ങനെ പറഞ്ഞത് എന്തുകൊണ്ടാണെന്ന് സാവകാശം ചിന്തിച്ചു നോക്ക് എന്നിട്ട് കലിതുള്ള്."
ദേഷ്യത്തോടെ അവൻ കിടക്കാൻ പോയി.
എത്ര ആലോചിച്ചിട്ടും അവൾക്ക് രവി പറഞ്ഞതിന്റെ

പൊരുൾ മനസ്സിലായില്ല. ഏറ്റവും ഒടുവിൽ മോളോട് കാര്യം പറഞ്ഞു.

"എന്നാലും അച്ഛൻ എന്നോട് അങ്ങനെ പറയാൻ പാടുണ്ടോ മോളേ?"

"അമ്മേ, അമ്മയ്ക്ക് അച്ഛനെ ഇത്രയായിട്ടും മനസ്സിലായില്ലല്ലോ കഷ്ടം. അമ്മ അച്ഛന്റെ കൂടെയല്ലാതെ എവിടേലും ഒറ്റയ്ക്ക് പോകാറുണ്ടോ ? എന്തിനും ഏതിനും അച്ഛനല്ലേ അമ്മയ്ക്ക് തുണ? വയ്യായ്ക വന്നാലും അമ്മക്ക് എന്നേക്കാൾ കാര്യം അച്ഛൻ ശുശ്രൂക്ഷിക്കുന്നതല്ലേ ?."

"അതൊക്കെ ശരിതന്നെ. എന്നാലും ഞാൻ ആദ്യം മരിക്കണം എന്ന് ആഗ്രഹിച്ചത്."

"അവിടെയാണ് അമ്മയ്ക്ക് തെറ്റുപറ്റിയത്. അമ്മയെക്കാൾ മുന്നേ അച്ഛൻ മരിക്കുന്നത് അമ്മയൊന്നു സങ്കൽപ്പിച്ചു നോക്കു അപ്പോൾ മനസ്സിലാകും അച്ഛൻ പറഞ്ഞതിന്റെ പൊരുൾ."

അവൾ ദേഷ്യത്തോടെ എഴുന്നേറ്റു പോയി.

"ശരിയാണ് അദ്ദേഹം ഇല്ലാതായാൽ ഞാനെങ്ങനെ ജീവിക്കും? ഇത്രയും നാൾ താൻ ആഗ്രഹിച്ചത് താനിരിക്കുമ്പോൾ തന്നെ അദ്ദേഹം പോകണമെന്നായിരുന്നു. താനില്ലാതായാൽ. ഏട്ടന് ഒരു വയ്യായ്ക വന്നാൽ സ്നേഹത്തോടെ നോക്കാൻ ആരുണ്ട്?"

വിവാഹം കഴിഞ്ഞ് ഈ നിമിഷം വരെ അദ്ദേഹമില്ലാത്ത ഒരു കാര്യവും തന്റെ ജീവിതത്തിലില്ല. അതോർത്തപ്പോൾ മിഴികൾ നിറഞ്ഞൊഴുകി. അതെ ഏട്ടൻ ആഗ്രഹിച്ചപ്പോലെ ഏട്ടൻ ഇരിക്കുമ്പോൾ തന്നെ താൻ മരിക്കട്ടെ അവളുടെ മനസ്സാകെ നിറഞ്ഞുതുളുമ്പി.

ബിന്ദു വേണു, ചോറ്റാനിക്കര

17

ജമാലിക്ക

കഥാകൃത്ത് : മോഹൻദാസ് മണ്ണാർക്കാട്

വിലാസം :
K 20, Gandhiji nagar
Olari, Thrissur
682012

ഇത്രയും എങ്ങനെ യാണ് പറഞ്ഞൊപ്പിച്ചത് എന്നുമാത്രം സുമലതക്ക് ഓർമ്മയില്ല.

"എണീക്ക്, ക്യാഷ് എടുക്ക്, കടക് പുറത്ത്. "

എവിടെ നിന്നോ കിട്ടിയ ഒരു ധൈര്യം, വായുവിലൂടെ പറന്നു തന്നിലേക്ക് ആവാഹിച്ചതിന്റെ പൊരുൾ തേടിയാൽ അത് ചെന്നെത്തുക തന്റെ പ്രിയപ്പെട്ട ഏട്ടന്റെ ആത്മാവിലേക്കുതന്നെ ആയിരിക്കും.
അല്ലെങ്കിലും തന്റെ ഏട്ടൻ തന്റെ കൂടെത്തന്നെയുണ്ടല്ലോ ? ആ ആത്മാവ് അത്ര പെട്ടെന്ന് തന്നെ വിട്ടുപോകുമോ? ഒരിക്കലും പോകില്ല എന്ന് വിശ്വസിക്കാനാണ് തനിക്കിഷ്ടം. പ്രിയപ്പെട്ട മോളുടെ കല്യാണത്തിന് ക്ഷണിക്കാനാണ് ജമാലിക്ക സുമലതയുടെ വീട്ടിൽ എത്തിയത്.

തന്റെ ഏട്ടന്റെ കളിക്കൂട്ടുകാരനാണ് ജമാലിക്ക. വർഷങ്ങളായി അങ്ങ് ഗൾഫിൽ ജോലിയാണ്. അടുത്ത ദിവസമാണ് നാട്ടിലെത്തിയത്. അതും മോളുടെ കല്യാണത്തിന്. ഏട്ടന്റെ മരണ ശേഷം ഇതുവരെ ജമാലിക്കയെ നേരിൽ കണ്ടിട്ടില്ല. ആദ്യമായി അദ്ദേഹത്തെ കണ്ടത് തങ്ങളുടെ കല്യാണ ദിവസമായിരുന്നു. അന്ന് തനിക്കു 17 വയസ്സും ഏട്ടന് 23 വയസ്സും മാത്രം. കൂട്ടുകാരെ എല്ലാം അന്ന് തന്നെ ഏട്ടൻ പരിചയപ്പെടുത്തി. പിന്നെ പലരും ഒരിക്കൽ അല്ലെങ്കിൽ വേറൊരിക്കൽ വീട്ടിൽ വരാറുണ്ടായിരുന്നു. പിന്നെയാണ് ജമാലിക്ക ഗൾഫിൽ പോയത്. ഇപ്പോൾ ഏകദേശം 22 വർഷം കഴിഞ്ഞു. ഇന്നലെ കഴിഞ്ഞ പോലെ അതെല്ലാം ഓർക്കുന്നു

ഏട്ടൻ മരിച്ച് 2 വർഷങ്ങൾ കഴിഞ്ഞു അപ്പോളേക്കും പെൺകുട്ടികൾ കല്യാണം കഴിഞ്ഞു ഭർത്താക്കന്മാരുടെ വീടുകളിലാണ്. മരിക്കാത്ത ഓർമകളുമായി താൻ സ്വന്തം വീട്ടിലും. ഏട്ടൻ ബാക്കി വെച്ചു പോയ അദ്ദേഹത്തിന്റെ സ്വപ്ന വീട്.

ജമാലിക്ക രാവിലെ തന്നെ വീട്ടിൽ വന്നുനേരെ കയറി വന്നത് ഹാളിലേക്കായിരുന്നു. കാരണം ഏട്ടന്റെ കൂട്ടുകാർക്കെല്ലാം അത്ര സ്വാതന്ത്ര്യമായിരുന്നു വീട്ടിൽ. ജമാലിക്കയോട് ഇരിക്കാൻ പറഞ്ഞു. അദ്ദേഹം ഇരുന്നു. അൽപ നേരം മൗനമായിരുന്നു. പിന്നെ വിശേഷങ്ങൾ ചോദിച്ചു.

തന്റെ വിശേഷം എല്ലാം നിങ്ങള്ക്ക് അറിയാലോ??

സുമലത കൂടുതൽ ഒന്നും പറഞ്ഞില്ല..

ഉടനെ ഒരു ഫോൺ വന്നു. കൂട്ടുകാരി വാസന്തിയുടെ ഫോൺ ആയിരുന്നു അത്..

അവൾക്കെന്തോ അസുഖം. ഉടനെ ആശുപത്രിയിൽ പോകണം. അയ്യായിരം രൂപ അത്യാവശ്യമായി വേ ണം

" നീ പേടിക്കണ്ട, രണ്ട് മണിക്കൂർ സമയം താ. ഞാൻ ശരിയാക്കി തരാം "

തന്റെ മറുപടി കേട്ടതും ജമാലിക്ക കാര്യം ചോദിച്ചു.

തന്റെ ഫോണിലൂടെയുള്ള സംസാരമെല്ലാം അദ്ദേഹം ശ്രദ്ധിച്ചിരുന്നു.

" ഒന്നുമില്ല ഇക്ക, കൂട്ടുകാരിയാണ്. അവള്ക്ക് വയ്യ. അസുഖമാണ്. ഉടനെ അയ്യായിരം രൂപ വേണം. "രണ്ട് മണിക്കൂറിൽ ശരിയാക്കി കൊടുക്കാം എന്ന് ഞാൻ പറഞ്ഞു "

"അയ്യായിരം മതിയോ?" ജമാലിക്ക ചോദിച്ചു.

ഉടൻ എഴുന്നേറ്റു പോക്കെറ്റിൽ നിന്നും ക്യാഷെടുത്ത് മേശപ്പുറത്തുവെച്ചു.

"നീ ഇത് കൊടുത്തോ, ഉണ്ടാകുമ്പോൾ തന്നാൽ മതി"

പെട്ടെന്ന് എന്ത് പറയണം എന്നറിയാതെ സുമലത അന്തം വിട്ടു പോയി.

ക്യാഷ് വാങ്ങണോ, വേണ്ടേ ? ഒരു തീരുമാനമുടുക്കാ ൻ കഴിയാത്ത അവസ്ഥയിലായി സുമലത. കൂട്ടുകാരി യുടെ കാര്യം ആലോചിക്കുമ്പോൾ വേണ്ടന്ന് പറയാ നും കഴിയില്ല.

ഇതിനിടയിൽ മോളുടെ കല്യാണ ക്ഷണക്കത്ത് തന്റെ കയ്യിൽ തന്ന് ജമാലിക്ക വീണ്ടും ഇരുന്നു.

" സുമ വെറുതെ നാട്ടിലുള്ളവരോട് ക്യാഷ് കടം വാങ്ങേണ്ട. ഇപ്പോൾ എനിക്ക് യാതൊരു ബുദ്ധിമുട്ടും ഇല്ല."

" ഒരു ഫോൺ കാൾ മതി. സുമയുടെ അക്കൗണ്ടിൽ ക്യാഷ് വരും."

" ഒന്നും വേണ്ട ഇക്ക. ഈ മനസ്സ് മാത്രം മതി " പിന്നെ ജമാൽ തുടർന്നു.

നിങ്ങളുടെ കല്യാണ ദിവസം ഇപ്പോളും ഞാൻ ഓർക്കുന്നു. അന്ന് യാതൊന്നും അറിയാതെ അവന്റെ കയ്യിൽ പിടിച്ച് പേടിച്ചു പേടിച്ചു നടന്നു നീങ്ങിയ ആ കുട്ടിയെ അന്ന് തന്നെ ഒന്നെടുത്ത് പൊക്കി ആകാശത്തിലേക്കു ഏറിയണമെന്ന് താൻ ആഗ്രഹിച്ചതാണ്.

സുമ ഒരു വാക്ക് പറഞ്ഞാൽ മതി. നിന്നെ ഞാൻ ഭാര്യയായി സ്വീകരിക്കും. ജീവിതത്തിൽ ഇനി ഒരു ബുദ്ധിമുട്ട് നിനക്ക് വരില്ല. അതല്ല, നിനക്ക് വേണ്ടി എന്റെ ഭാര്യയെ മൊഴി ചൊല്ലണോ ? അതിനും ഞാൻ തയ്യാർ

ജമാലിക്ക. സുമലത നീട്ടി വിളിച്ചു. ശബ്ദം പുറത്ത് വരുന്നില്ല.

സുമലത എന്ത് പറയണമെന്നറിയാതെ ഞെട്ടിത്തരിച്ചുപോയി. പൊട്ടിക്കരയാൻ തോന്നി അവൾക്ക്. സ്വന്തം സഹോദരങ്ങളെ പോലെയേ ഏട്ടന്റെ കൂട്ടുകാരെ ഇതുവരെ കണ്ടിട്ടുള്ളു.

എന്നിട്ടും. ഈശ്വരാ. എന്തൊരു പരീക്ഷണമാണിത്. ഏട്ടന്റെ ആത്മാവ് ഇതെല്ലാം കാണുന്നില്ലേ? കേൾക്കുന്നില്ലേ ? ഏട്ടാ. കണ്ടോ നിങ്ങളുടെ കൂട്ടുകാരനാണ് ഇവിടെ ഇരിക്കുന്നത്. രണ്ട് കണ്ണുകളും അടച്ചു പിടിച്ചുകൊണ്ട് സുമലത പ്രാർത്ഥിച്ചു.

ഒരു കൊടുങ്കാറ്റ് എവിടെ നിന്നോ ആഞ്ഞു വീശുന്ന പോലെ തോന്നി. ഏട്ടന്റെ ആത്മാവ് തന്നോട് പറയുന്നത് പോലെ തോന്നി. നീ ധൈര്യമായി ഇരിക്കുക. മുൻപ് ഞാൻ പറഞ്ഞു തന്നത് ഓർക്കുക..

" പറയേണ്ട കാര്യങ്ങൾ പറയേണ്ട സമയത്ത് പറയാതിരിക്കരുത്. മുഖം നോക്കാതെ പറയുക "

പിന്നെ ഒന്നും ആലോചിച്ചില്ല. രണ്ടും കല്പിച്ചു തന്നെ സുമലത അലറുകയായിരുന്നു.

"താൻ എണീക്ക്, ക്യാഷ് എടുക്ക്, കടക്കു പുറത്ത് "

അയാൾ കാശുമെടുത്ത് പുറത്തേക്കിറങ്ങിയതും സുമലത വാതിൽ വലിച്ചടച്ചു കൊണ്ട് നേരെ ഓടി കിടക്കയിൽ കമിഴ്ന്നുകിടന്നു. പൊട്ടിക്കരഞ്ഞുകൊണ്ടവൾ ഏട്ടാ ഏട്ടാ. എന്നെ തനിച്ചാക്കി പോയത് കൊണ്ടല്ലേ ഇതൊക്കെ ഞാൻ അനുഭവിക്കുന്നത് ? ചോദിച്ചു കൊണ്ടേ ഇരുന്നു.

സുമലതയുടെ ഏട്ടന്റെ ആത്മാവ് തോളിൽ തട്ടി ആശ്വസി പ്പിക്കുന്നത് പോലെ അവർക്ക് തോന്നി.

മോഹൻദാസ് മണ്ണാർക്കാട്

18

പ്രതീക്ഷ

കഥാകൃത്ത് : സുവർണ്ണ കുമാരി
വിലാസം :
അക്ഷയ മന്ദിരം, പഴയവീട് പി.ഒ
തിരുവമ്പാടി, ആലപ്പുഴ : 688009
ഫോൺ : 9037274754

പെയ്യാതെ വിതുമ്പി നിൽക്കുന്ന കാർമേഘങ്ങൾ, ചിന്തകളെ മനസ്സിന്റെ കോണുകളിൽ അറിയാതെ നിക്ഷേപിക്കുന്നു. ആ ചിന്തകൾ ഓർക്കാതെ കണ്ണീരായി പ്രവഹിക്കുന്നു. അയാളുടെ ഹൃദയത്തിലൂടെ ഒരായിരം ഓർമ്മകൾ ഓരോന്നായി ഒഴുകിയെത്തുന്നു. കാറ്റിലാടിയുലഞ്ഞ മരച്ചില്ലകളിലെവിടയോയിരുന്നു രാത്രി പക്ഷികൾ കരയുന്നുണ്ടായിരുന്നു. അയാളുടെ തകർന്നുപോയ ജീവിതം ദേവൻ ഓർത്തു. അയാൾ എന്നെ തിരിച്ചറിയുന്നില്ല. ദയനീയമായ ഒരു നോട്ടം മാത്രം.ആശുപത്രിക്കിടക്കയിൽ കിടക്കുമ്പോൾ അയാളുടെ ഹൃദയത്തിൽ ഒരായിരം ഓർമ്മകൾ ഒന്നൊന്നായൊഴുകിയെത്തിയപ്പോൾ അറിയാതെ ചുണ്ടുകൾ മന്ത്രിച്ചു. ജീവിതമെത്ര വേദനാജനകമാണെന്ന്!.

തന്റെ ആത്മസുഹൃത്തായ മധുവിനെ ഇങ്ങനെ കാണാൻ തനിക്ക് കഴിയുന്നില്ല. നഗരത്തിലെ ഒരു ആശുപത്രിയിൽ കിടക്കുകയാണ്. റൂം നമ്പർ നോക്കി നടന്നു. തലേദിവസം എറണാകുളത്തുനിന്നും പുറപ്പെട്ടതാണ്. മധുവിന്റെ അനുജൻ ഫോണിൽ വിളിച്ചതാണ്. ഏട്ടൻ അവശനാണ്. ദേവേട്ടനെ കാണണമെന്ന് ഏട്ടന് ആഗ്രഹമുണ്ട് . അതുകൊണ്ടാണ് അറിയിച്ചത്.

അയാളുടെ ഓർമ്മകൾ പഴയ കാലഘട്ടത്തിലേക്ക് പോയി. കോളേജിൽ പഠിക്കുമ്പോൾ എത്ര ചുണക്കുട്ടനായിരുന്നു. കോളേജിലെ ഓരോ പരിപാടിയിലും അവന്റെ സാന്നിധ്യം മികവുറ്റതായിരുന്നു. കോളേജ് മാഗസിനിൽ അവനെഴുതിയ കഥ ഓർമ്മ വരുന്നു.

"ഇന്നലെകൾ നാളെയായിരുന്നെങ്കിൽ" എന്ന്. പിന്നിട്ട എത്രയെത്ര പാതകൾ. ആശുപത്രി കിടക്കയിൽ മരണത്തിന്റെ മുഖവുമായി കിടക്കുന്ന മധുവിന്റെ മനസ്സ് വെമ്പുകയായിരുന്നു. അയാൾ വീണ്ടും കിടക്കയിൽ ചുറ്റികിടക്കുന്ന മധുവിന്റെ മെല്ലിച്ച രൂപത്തിലേക്ക് നോക്കി. ആ കണ്ണുകളിൽ നിന്നും കണ്ണുനീർധാരയായൊഴുകി. ജീവിതം എത്ര പെട്ടെന്നാണ് വഴിതിരിച്ചു വിടുന്നത്. എല്ലാ ഓർമ്മകളുമായി പാതി മയക്കത്തിൽ കിടക്കുമ്പോൾ കതകിൽ തട്ടുന്ന അമ്മ.

ആരൊ നിന്നെ വിളിക്കുന്നു. നീ ഒന്ന് എഴുന്നേൽക്കൂ. ആകാംക്ഷയോടെ കതകു തുറന്നു. ഞെട്ടിപ്പോയി എന്റെ പ്രിയപ്പെട്ട മധു. നിനക്കെന്തു പറ്റി ?

"ഞാനിവിടം വിട്ടു പോകുകയാണ്. മറ്റൊന്നും നീ ചോദിക്കരുത്. നിന്നോട് യാത്ര പറയാതെ പോകാൻ മനസ്സ് അനുവദിക്കുന്നില്ല."

മധു പറഞ്ഞു.

ഇരുളിലെ കോരിച്ചൊരിയുന്ന മഴയിലൂടെ നടന്നു മറഞ്ഞ തന്റെ മധുവിനെ കാണുന്നത് എത്രയോ വർഷങ്ങൾക്ക് ശേഷമാണ്. സർക്കാരാഫീസിലെ മുഷിഞ്ഞ ഒരു പകലിന്റെ കയ്യിൽ കിട്ടിയ ഒരു പത്രത്താളിൽ തന്റെ പ്രിയപ്പെട്ട മധുവിന്റെ ഫോട്ടോയുണ്ടായിരുന്നു.

"സാർ അറിയുമോ, അയാളെ ? സാറിന്റെ നാട്ടുകാരനല്ലേ ?പോലീസ് സ്റ്റേഷൻ ആക്രമണ കേസിൽ പിടികിട്ടാപ്പുള്ളിയാണ്."

അങ്ങനെ മധുവിനെ പോലീസ് പിടികൂടി ജയിലിൽ അടയ്ക്കപ്പെട്ടു. വർഷങ്ങൾ കഴിഞ്ഞു ജയിൽ മോചിതനായി. എങ്കിലും, മധുവിനെ ഒന്ന് കാണാനോ, ആശ്വസിപ്പിക്കാനോ, കഴിഞ്ഞില്ലെന്നുള്ള ദുഃഖം ദേവനെ അലട്ടി.

മധു അപ്പോഴേക്കും രോഗത്തിന്റെ മൂർദ്ധന്യതയിലേക്ക് വീണു പോയിരുന്നു. ഇളയ സഹോദരനാണ് മധുവിനെ നോക്കുന്നത്. മധുവിനെ ആശുപത്രിയിൽ അഡ്മിറ്റ് ചെയ്തെന്നും, അനുജൻ ഗിരീശനാണെന്നു ആരോ പറഞ്ഞറിഞ്ഞിരുന്നു.

"ഞാൻ ഇറങ്ങട്ടെ. മറ്റൊരു ദിവസം വരാം".

മധുവിനോട് യാത്ര പറഞ്ഞിറങ്ങുമ്പോൾ ദേവന്റെ കണ്ണുകൾനിറഞ്ഞൊഴുകി. കട്ടിലിൽ പറ്റിച്ചേർന്നു കിടക്കുന്ന മധുവിന്റെ മെല്ലിച്ച രൂപത്തിലേക്ക്, ഒരിക്കൽ കൂടി നോക്കി..

അസ്തമനത്തിന്റെ കാഴ്ച വിദൂരമല്ലാതെ കാണുകയായിരുന്നു. അവിടെ,ഒരു ജ്വലിക്കുന്ന സൂര്യൻ അസ്തമിക്കുകയായിരുന്നു.

ഹൃദയത്തിന്റെ ഉൾനാമ്പിൽ എന്റെ കോളേജിലെ പഴയ മധുവിനെ കുറിച്ചായിരുന്നു. ജ്വലിക്കുന്ന മധുവിനെ കുറിച്ചുള്ള ഓർമ്മകളുമായി ദേവൻ

"ഇന്നലെകൾ നാളെ ആയിരുന്നെങ്കിൽ!!!..."

സുവർണ്ണ കുമാരി
ആലപ്പുഴ

19

വസ്തു വില്പനയ്ക്ക്

കഥാകൃത്ത് : ജെസിത ഹരിദാസ്

വിലാസം :

വലിയ പറമ്പിൽ വീട്,ഇരിങ്ങത്ത്

പി.ഒ,പയ്യോളി വഴി, കോഴിക്കോട്

പിൻ :673523

ഈയടുത്താണ് ശേഖരപ്പിള്ള ഒരുവീട് വാടകയ്ക്ക് എടുത്തത്. വിചാരിച്ചപോലെ വീടുപണി മുന്നോട്ടു കൊണ്ടുപോകാൻ സാധിച്ചില്ല. തറവാട്ടിലാ ണെങ്കിൽ എല്ലാവർക്കും ഒത്തൊരുമിച്ച് താമസിക്കാനുള്ള സൗ കര്യവും ഇല്ല. വീടിനടുത്തൊക്കെ വാടകവീട് നോക്കി യതാണ്. ആകെ നിരാശ മാത്രമായിരുന്നു ഫലം. ഉള്ള തൊക്കെ ബംഗാളികൾ കയ്യടക്കി വെച്ചിരുന്നു. അങ്ങ നെ അല്പം ദൂരെയാണ് ഒരു വീട് വാടകയ്ക്ക് ഒത്തു വ ന്നത്.

മലയോരപ്രദേശമായിരുന്നെങ്കിലും നല്ല പ്രകൃതിഭംഗി യുള്ള സ്ഥലമായിരുന്നു. ഓടുമേഞ്ഞ നല്ല മനോഹര മായ ഒരു കൊച്ചുവീട്. വീടിനോട് ചേർന്ന് നിൽക്കുന്ന നല്ല പേരമരങ്ങൾ, പടിഞ്ഞാറ് നിന്ന് വീശുന്ന ഇളം തെന്നൽ, നല്ല ശാന്തമായ അന്തരീക്ഷം.

വീടിന്റെ അടുത്തൊക്കെ ഇഷ്ടംപോലെ അയൽക്കാരുമുണ്ടായിരുന്നു. വന്നിട്ട് ഒരാഴ്ചയായി തിരക്കിനിടയിൽ എല്ലാവരെയും പരിചയപ്പെടാൻ സാധിച്ചിട്ടില്ല. വീട്ടാവശ്യത്തിന് കുറച്ചു പച്ചക്കറി സാധനങ്ങൾ വാങ്ങാൻ വേണ്ടി ടൗണിലേക്ക് പുറപ്പെട്ടതായിരുന്നു.. വീടിന്റെ തൊട്ടുമുമ്പിലുള്ള മറ്റൊരു വീടിന്റെ മുന്നിൽക്കൂടിയായിരുന്നു പോയത്.

ആ വീട്ടിൽ ഒരു കല്യാണം നടക്കുന്നുണ്ട്. അടുത്ത ദിവസമാണെന്ന് തോന്നുന്നു. ഗൃഹനാഥന്റെ പേര് പാപ്പി എന്നായിരുന്നു. അയാളുടെ ഭാര്യ വിളിക്കുന്നത് കേട്ടിട്ടുണ്ട്.

വീടിന് തൊട്ടുമുന്നിലെ ത്തിയപ്പോൾ അകത്തുനിന്ന് അയാളുടെ മകൻ പറയുന്നത് കേട്ടു.

" അച്ഛാ, കല്യാണദിവസം ഇങ്ങെത്തിയില്ലേ ? തൊട്ടപ്പുറത്ത് വാടകക്ക് താമസിക്കാൻ വന്നവരെ കല്യാണത്തിന് ക്ഷണിച്ചില്ലല്ലോ ?"

" നീ എന്താ പറയുന്നത് ?എവിടെനിന്നോ ആ കൊച്ചു വീട്ടിൽ വന്ന് താമസിക്കുന്ന അവരെ കല്യാണത്തിന് നമ്മൾ എന്തിനാ ക്ഷണിക്കുന്നത്. നിനക്ക് വേറെ പണിയൊന്നുമില്ലേ ?

" അല്ല അച്ഛാ , വാടകവീടാണെന്ന് കരുതി അവരെന്താ മനുഷ്യരല്ലേ ?"

ഇത് കേട്ട് കൊണ്ടാണ് ശേഖരപ്പിള്ള ആ വീടിനടുത്ത് എത്തിയത്. പോകുന്ന പോക്കിൽ അവിടെ കേറി അവരെ പരിചയപ്പെടണം എന്ന് കരുതിയതായിരുന്നു ഇനി ഇഷ്ടമില്ലാത്ത സ്ഥിതിക്ക് അത് വേണ്ട.

"അല്ലേ , നോക്കണേ. ഈ വാടകക്കാർ എന്താ അത്ര യ്ക്ക് മോശക്കാരാണോ ? ഏതൊക്കെ സാഹചര്യ ങ്ങളിൽ ഒരാൾക്ക് ഒരു വീട് മാറി താമസിക്കേണ്ട തായി വരും. അവിടെയൊക്കെ സ്വന്തം വീട് പണിത് താമസിക്കാൻ ഒക്കുമോ ? എന്തെങ്കിലും ആവട്ടെ അയാൾക്ക് അയാളുടെ പണി. തനിക്ക് തന്റെപണി."

അയാൾ വീണ്ടും മുന്നോട്ടു നടന്നു. ആ യാത്രയിൽ അയാൾ പല ആളുകളെയും പരിചയപ്പെട്ടു. ചിലർ എന്തെങ്കിലും സഹായം ആവശ്യമുണ്ടോന്ന് ചോദിച്ചു. എവിടെ തിരിഞ്ഞാലും വാടകക്കാർ എന്നുള്ള പരിച യപ്പെടുത്തൽ അയാളെ കുറച്ചൊന്നുമല്ല സങ്കടത്തി ലാഴ്ത്തിയത്.

"സാരമില്ല, ഒക്കെ ശരിയാവും എന്ന് സ്വയം സമാധാ നപ്പെടും. അല്ലെങ്കിൽ തന്നെ ഈ ഭൂമിയിലെ വാടക ക്കാരല്ലേ മനുഷ്യരൊക്കെ. "

കടയിൽ നിന്ന് സാധനം വാങ്ങി തിരിച്ചു ഒരു ഓട്ടോ പിടിച്ചു വന്നപ്പോൾ പാപ്പിയുടെ വീടിന്റെമുന്നിൽ ഇറങ്ങി. ഇനി വണ്ടി മുന്നോട്ട് പോവില്ല. പാപ്പി വീടിന്റെ മുന്നിൽ നിൽക്കുന്നുണ്ടായിരുന്നു. എവിടെയോ പോ വാനുള്ള പുറപ്പാടാണെന്ന് കണ്ടപ്പോൾ മനസ്സിലായി. ഒരു മര്യാദയെന്നോണം ചോദിച്ചു

" ടൗണിലേക്ക് ആണോ ? ഓട്ടോമടങ്ങി പോകുകയാ ണ് ഇതിൽ പോവാം."
അയാൾ കേട്ട ഭാഗം നടിക്കുന്നില്ല. ഓട്ടോക്കാരൻ പറഞ്ഞു,
"ചേട്ടാ... അയാളോട് പറഞ്ഞിട്ട് കാര്യമില്ല. ഓട്ടോയിൽ ഒന്നും അയാൾ കയറില്ല. ഓട്ടോ ഒക്കെ അങ്ങേർക്ക് പുച്ഛമാ...

ഗൾഫിൽ പോയി എങ്ങാണ്ട് നിന്ന് 10 പുത്തൻ പണം കിട്ടിയതിന്റെ പത്രാസാ.. ഇപ്പോൾ അതും ഇല്ല. ഒക്കെ കടം വാങ്ങിയും, പലിശയ്ക്ക് എടുത്തുമുള്ള പവറാ. ഞാൻ തിരിച്ചു പോട്ടെ വീണ്ടും കാണാം."

പാപ്പി കണ്ണാടക്കുള്ളിൽക്കൂടി ഓട്ടോക്കാരനെ നോക്കിയ ശേഷം കൈകൊണ്ടു പോകാൻ ആംഗ്യം കാണിച്ചു. പാപ്പിയുടെ വീടിന്റെ മുന്നിലൂടെ സാധനങ്ങളുമായി നടക്കുമ്പോൾ അയാളുടെ ഭാര്യ ആ വീട്ടുമുറ്റത്ത് ഉണ്ടായിരുന്നു. അവർ ശേഖരപ്പിള്ളയെ നോക്കി ഹൃദ്യമായി ഒന്ന് പുഞ്ചിരിച്ചു.

" ടൗണിൽ സാധനങ്ങൾ വാങ്ങാൻ പോയതായിരുന്നോ ?"

" അതെ. "എന്ന ഉത്തരത്തിലൊ തുക്കി. ഇനി പാപ്പിക്ക് ഇഷ്ടക്കേടായ സ്ഥിതിക്ക് ഭാര്യയോട് കുശലം പറഞ്ഞു എന്ന കുറ്റം കൂടി വേണ്ട.

" ശേഖരെട്ടാ എന്താ ഇത്രയും വൈകിയത് ഞാനാകെ പേടിച്ചു ". ശേഖരപ്പിള്ളയുടെ ഭാര്യ രാധയുടെ പരിഭവം പറച്ചിൽ.

"എന്റെ രാധേ, കുറച്ചു ദൂരം ഇല്ലേ ? ഞാനെന്താ ചെറിയ കുട്ടിയാ ? ഇന്നലെയും, മിനിഞ്ഞാന്നും ഒക്കെ മുഴുവൻ സമയവും ഞാൻ ഇവിടെ ഉണ്ടല്ലോ ?"

"ഏട്ടന് ഷുഗറും, പ്രഷറും ഒക്കെ ഉള്ളതല്ലേ ? തലകറങ്ങി എങ്ങാനും വീണോ എന്ന് പേടിച്ചിട്ട് ആണ്. പിന്നെ, ശേഖരേട്ടാ, നമ്മുടെ തൊട്ടുമുന്നിലെ വീട്ടിലെ ചേച്ചി ഇല്ലേ അവർ എന്നെ പരിചയപ്പെട്ടു ആ വീട്ടിലേക്ക് ചെല്ലാൻ പറഞ്ഞിട്ടുണ്ട്.."

"അതുവേണ്ട രാധേ.."

അയാൾ നേരത്തെ നടന്ന സംഭവങ്ങൾ ഭാര്യയോട് പറഞ്ഞു.

"എങ്കിൽ ഇല്ല ഏട്ടാ . പിന്നെ, കുട്ടികൾ ഇതൊന്നും അറിയേണ്ട. അവർക്ക് കേട്ടാൽ വിഷമമാവും. അല്ലെങ്കിൽത്തന്നെ അവിടം വിട്ടു വന്നതിന്റെ വിഷമം മാറിയിട്ടില്ല."

"നിനക്ക് അറിയില്ലേ രാധേ തറവാട്ടിലെ സ്ഥിതിയൊക്കെ ? എല്ലാം കൂടി അന്യോന്യം കലഹിച്ച് പിരിയുന്നതിനേക്കാൾ എത്രയോ ഭേദം ഇതുതന്നെയാണ്. നാട്ടുകാരെ കൊണ്ട് അതും, ഇതും പറയിപ്പിക്കണ്ടല്ലോ ?"

"എന്നാലും ശേഖരേട്ടാ ഇക്കണ്ട കാലമത്രയും നിങ്ങളാ തറവാടിനു വേണ്ടിയാ ജീവിച്ചത്. എന്നിട്ട് നമ്മൾ തന്നെ ഇറങ്ങിപ്പോരേണ്ടി വന്നല്ലോ ?"

"അതൊന്നും ഓർത്തു നീ വിഷമിക്കണ്ട രാധേ ഒക്കെ ശരിയാവും."

"നീ ഇതൊക്കെ അങ്ങ് എടുത്ത് അകത്ത് വെച്ചേക്ക്. പിന്നെ അതിൽ നല്ല നാടൻമോരും, കാന്താരി മുളകും ഉണ്ട്. അതുകൊണ്ട് കുറച്ചു മോര് വെള്ളം ഇങ്ങെടുത്തു കൊണ്ടുവാ. നല്ല ക്ഷീണം. "

അയാൾ ആ ചാരുകസേരയിൽ കണ്ണടച്ചു കിടന്നു. പടിഞ്ഞാറ് നിന്ന് ഒഴുകിവന്ന ഇളങ്കാറ്റ് അയാളെ തഴുകിത്തലോടി. അയാളറിയാതെ മയങ്ങിപ്പോയി. മോരുമായി തിരിച്ചു വരുമ്പോൾ മയങ്ങിക്കിടക്കുന്ന ഏട്ടനെ ആണ് അവൾ കണ്ടത്.

"പാവം ഏട്ടൻ ഒരുപാട് ക്ഷീണിച്ചിട്ടുണ്ട്. നല്ല വിഷമം ഉണ്ട് ആ മനസ്സിൽ ഒന്നും പുറത്തു കാട്ടുന്നില്ല എന്നേയുള്ളൂ. ഇനി മകന്റെ ഫീസ് അടക്കാൻ പറഞ്ഞ വിവരംകൂടി പറഞ്ഞ് ഇപ്പോൾ വിഷമിപ്പിക്കേണ്ട.കുറച്ച് അങ്ങനെ വിശ്രമിക്കട്ടെ."

അവൾ മെല്ലെ തിരിഞ്ഞു നടന്നു.അതിനിടയിലാണ് തന്റെ ഫോൺ ശബ്ദിക്കുന്നത് കേട്ടത്.

ആരായിരിക്കും നോക്കട്ടെ. പരിചയമില്ലാത്ത നമ്പർ ആണല്ലോ ?"

മറുതലക്കൽ "ഹലോ, ഇത് ഞാനാ രാധേ നിന്റെ അമ്മ. "

" ആര് അമ്മയോ ?"

അവൾക്ക് സങ്കടവും, സന്തോഷവും ഒരുമിച്ച് വന്നു ... എന്തു പറയണമെന്നറിയാതെ അവൾ ഒരു നിമിഷം അനക്കമറ്റു നിന്നു...

" മോളെ നീ എന്താ ഒന്നും മിണ്ടാത്തത് ?"

പിന്നീടങ്ങോട്ട് അമ്മയെന്നൊരു നിലവിളിയായിരുന്നു. കാരണം എത്രയോ വർഷമായി വീടുവിട്ടു പോന്നിട്ട്. ഇന്നുവരെ തന്നെ തിരക്കി ആരും വന്നിട്ടില്ല, ആരും വിളിച്ചിട്ടുമില്ല.

"ഇത്രയും കാലമായിട്ട് അമ്മ വിളിയില്ലല്ലോ ? ഒരുപാട് സന്തോഷമായി "

മോളേ,കഴിഞ്ഞതൊക്കെ മറന്നു നിങ്ങൾ വീട്ടിലേക്ക്

വരണം. അവനോട് പറയണം ചെയ്തതെറ്റിനൊക്കെ മാപ്പ് തരണമെന്ന്.ഈ വീടും,സ്ഥലവും ഒക്കെ നിങ്ങൾക്കുകൂടി അവകാശപ്പെട്ടതാ. പിന്നെ നമ്മുടെ തെക്കെ കരയുള്ള സ്ഥലം വിറ്റു. അതിന്റെ വിഹിതം നിനക്ക് തരാൻ കൂടി വേണ്ടിയാ ഞാനിപ്പം വിളിച്ചത്. "

" അമ്മേ, അതൊന്നും വേണ്ട.അമ്മ വിളിച്ചെല്ലോ അത് മതി."

പോരാ,ഒക്കെ വേണം. നിങ്ങൾ നാളെത്തന്നെ ഇവിടെ വരണം. അച്ഛന് നിന്നെ കാണണം. അവനെ സമ്മതിപ്പിച്ചു നീ കൊണ്ടുവരണം ഞങ്ങൾ കാത്തിരിക്കും.

ശേഖരപ്പിള്ള ആദ്യമൊക്കെ കടുംപിടുത്തം പിടിച്ചു. ഇനിയങ്ങോട്ടില്ല,അത് ഞാൻ ഉറപ്പിച്ചതാണ്. പക്ഷേ രാധയുടെ കണ്ണുനീരിനു മുന്നിൽ അയാൾ കീഴടങ്ങി.

അങ്ങനെ ആ കുടുംബം ഒരുമിച്ചു. സ്വന്തം വീട്ടിൽ നിന്നും കിട്ടിയ പണം കയ്യിൽ വന്നതോടെ വീട് പണി വേഗം മുന്നോട്ട് പോയി. പിന്നീട് എല്ലാം വേഗമായിരുന്നു. പെട്ടെന്ന് തന്നെ വീടുപണി പൂർത്തിയായി വാടക വീട് വിട്ട് അവിടേക്ക് താമസം മാറ്റാനുള്ള ആരംഭവും. നേരെ മറിച്ച് പാപ്പിയുടെ വീട്ടിലെ സ്ഥിതി വളരെ പരിതാപകരമായിരുന്നു. പലിശയ്ക്ക് കടം വാങ്ങിയും ലോണെടുത്തും, വീടുവെച്ച പാപ്പിക്ക് മകളുടെ കല്യാണം കൂടി കഴിഞ്ഞപ്പോൾ ഉള്ള കടം ഇരട്ടിച്ചു. .

മടക്കികൊടുക്കാനുള്ള അവധി കഴിഞ്ഞപ്പോൾ ആൾക്കാർ വീട്ടിൽ വന്ന് ബഹളം വച്ചു തുടങ്ങി. വീട്ടിലെ സ്ഥിതി വളരെ മോശമായി. പൊങ്ങച്ചവും അഹങ്കാരവും കൊണ്ട് സ്വന്തം വീടും,സ്ഥലവും വിൽക്കേണ്ട അവസ്ഥയിലാണ് ഇപ്പോൾ പാപ്പി.

അല്ലാതെ അയാൾക്ക് പിടിച്ചുനിൽക്കാൻ ഒരു മാർഗ്ഗവുമില്ല. ഉള്ള സ്ഥലവും വീടും കൂടി പോയാൽ അയാൾക്ക് ഒരു വാടക വീട് മാത്രമേ ശരണമുള്ളൂ. വീട് മാറാനുള്ള ശേഖരപ്പി ള്ളയുടെ തിരക്കിനിടയിൽ ഒരു ദിവസം പാപ്പി ആദ്യമായി ആ വീട്ടിലേക്ക് കടന്നുവന്നു.

"നിങ്ങൾ വീട് മാറിപ്പോവുകയല്ലേ ? വീട് പണിയൊക്കെ കഴിഞ്ഞതല്ലോ ? ഈ വീട് നിങ്ങൾ ഒഴിയുമ്പോൾ ഞങ്ങൾക്ക് തരാൻ നിങ്ങൾ ഒന്ന് നാരായണൻ ചേട്ടനോട് പറയണം. ഞാനും, നാരായണേട്ടനുമായി അത്ര അടുപ്പത്തിലല്ല. അതാണ്."
"തീർച്ചയായും പറയാം. ഇരിക്കൂ. ചായകുടിച്ചിട്ടു പോവാം. "
"ഇല്ല. ഇരിക്കുന്നില്ല. ഒക്കെ അറിഞ്ഞു കാണുമെല്ലോ പോട്ടെ.എന്തെങ്കിലും ചെയ്യണം."

മൂന്നു, നാലുദിവസങ്ങൾക്ക് ശേഷം സാധനങ്ങളൊക്കെ വണ്ടിയിൽക്കേറ്റി. തിരിച്ചു പോവാൻ നേരം പാപ്പിയുടെ വീട്ടിന്റെ മുന്നിലെത്തിയപ്പോൾ പാപ്പി വീടിന്റെ ഗേറ്റിൽ എന്തോ ഒട്ടിക്കുന്നത് കണ്ടു. ശേഖരപ്പിള്ള ആ ബോർഡ് എന്താണെന്നു വായിച്ചു നോക്കി അതിൽ ഇങ്ങനെ എഴുതിയിരുന്നു..
"വീടും, സ്ഥലവും വില്പനയ്ക്ക്. ഉടനെ ബന്ധപ്പെടുക ഈ നമ്പറിൽ. "

ജെസിതഹരിദാസ്
മഞ്ഞക്കുളം

20

നഷ്ടവസന്തം

കഥാകൃത്ത് : ഷിന്റു കണ്ണൻ

വിലാസം :
പുത്തൻപറമ്പ് ഹൗസ്
കൈനകരി പി. ഒ
ആലപ്പുഴ

"മോളേ മീനൂ. മീനൂട്ടീ, എഴുനേൽക്കു മോളെ. നിനക്കിന്നു ക്ലാസ്സിൽ പോവേണ്ടേ ? വേഗം എഴുനേൽക്ക്."

അമ്മയുടെ സ്നേഹാർദ്രമായ വിളിയാണ് മീനുവിനെ ഉറക്കത്തിൽ നിന്നുണർത്തിയത്. മീനു മീനാക്ഷി എന്നാണ് മുഴുവൻ പേര് എങ്കിലും അമ്മയ്ക്കും അച്ഛനും അവൾ മീനൂട്ടിയാണ്, വിവാഹം കഴിഞ്ഞു വളരെ വർഷങ്ങളുടെ കാത്തിരിപ്പിനു ശേഷമുണ്ടായതാണ് മീനു. അതുകൊണ്ട് തന്നെ വളരെയധികം ലാളിച്ചാണ് അവർ അവളെ വളർത്തിയത്, അവളുടെ ആഗ്രഹങ്ങളൊക്കെ അവർ സാധിച്ചുകൊടുത്തു, ഒന്നിനും ഒരു കുറവും വരുത്താതെ പൊന്നുപോലെ വളർത്തി. ഇപ്പോൾ മീനു ബിരുദ വിദ്യാർത്ഥിനിയാണ്.

അങ്ങനെയിരിക്കെയാണ് മീനു ഒരു പ്രണയബന്ധത്തിൽ പെടുന്നത്. പതിയെ പതിയെ അച്ഛനും അമ്മയുമായുള്ള നർമസംഭാഷങ്ങളുടെ ഇടവേള കൂടിവന്നു അച്ഛനും അമ്മയും അവളുടെ മാറ്റങ്ങൾ ശ്രദ്ധിക്കുന്നുണ്ടായിരുന്നെങ്കിലും അവളിൽ അവർക്ക് വിശ്വാസമായിരുന്നു. ദിവസങ്ങൾ കടന്നുപോയി മീനൂട്ടിക്ക് കല്യാണം ആലോചിച്ചു തുടങ്ങി. അവളുടെ പ്രണയബന്ധത്തെക്കുറിച് ഏകദേശം അറിവുണ്ടായിരുന്ന അവർ ഒരു എതിർപ്പ് പ്രതീക്ഷിച്ചു തന്നെ അവളോട് കാര്യം അവതരിപ്പിച്ചു, ആലോചിച്ചു മറുപടി പറയാം എന്ന മറുപടി നൽകി അവൾ ഒഴിഞ്ഞുമാറി. പ്രതീക്ഷയ്ക്ക് വിപരീതമായി അവൾ വിവാഹത്തിന് സമ്മതമാണെന്ന് അറിയിച്ചു. തങ്ങളുടെ ആഗ്രഹം പോലെ മകളുടെ വിവാഹം നടക്കാൻ പോകുന്നതോർത്ത് അവർ അതിയായി സന്തോഷിച്ചു വരാനിരിക്കുന്ന ദുരന്തമറിയാതെ.

കോളേജ് അധ്യാപകനായ ഹരിശങ്കർനെയാണ് അവർ മീനുവിനായി കണ്ടുവെച്ചത്. ആ നാട് കണ്ടതിൽ വെച്ച് ഏറ്റവും ആർഭാടപൂർവമാണ് ആ വിവാഹമാമാങ്കം നടന്നത്. മകൾ സുമംഗലിയായതിൽ അതീവസന്തുഷ്ടരായിരുന്നു അവർ, ചടങ്ങുകൾക്കുശേഷം മകളെ ഭർതൃഗൃഹത്തിലേക്ക് നിറകണ്ണുകളോടെ അവർ യാത്രയാക്കി.

മധുവിധുവിന്റെ കിളികൊഞ്ചലുകളാൽ തരളിതമാവേണ്ട ഹരിയുടെ വീട് പക്ഷെ മൂകമായിരുന്നു. സ്നേഹനിധികളായ അച്ഛനും അമ്മയും ഹരിയും മീനുവിനെ സ്നേഹം കൊണ്ട് വീർപ്പുമുട്ടിച്ചു, ഹരിയും മീനുവും, അവർ മാതൃകാ ദമ്പത്തികളായിരുന്നു മറ്റുള്ളവരുടെ മുൻപിൽ മാത്രം. മീനു എത്രയൊക്കെ അവഗണിച്ചിട്ടും ഹരി അവളെ സ്നേഹിച്ചുകൊണ്ടേയിരുന്നു എന്നെങ്കിലും അവളുടെ മനസ് മാറുമെന്ന വിശ്വാസത്തിൽ.

പക്ഷേ പ്രതീക്ഷയുടെ തിരിനാളം അണയാനധികം താമസമുണ്ടായില്ല. ഒരു രാത്രി പുലർന്നപ്പോൾ മീനുവിനെ കാണ്മാനില്ല എന്ന വാർത്ത ശ്രീശൈലത്തെത്തി. മകളുടെ തിരോധാനത്തിൽ ഇരുവീട്ടുകാരും ദുഃഖത്തിലാണ്ടു. ദിവസങ്ങളുടെ അന്വേഷണത്തിനൊടുവിൽ മീനുവിനെ പോലീസ് കണ്ടെത്തി. ഒപ്പം ഒരു ചെറുപ്പക്കാരനേയും. അവളുടെ പഴയ കാമുകൻ 'സ്റ്റീഫൻ '

"ഞാൻ എന്റെ സ്വന്തം ഇഷ്ട്ടത്തിന് ഇറങ്ങിപ്പോയതാ എനിക്ക് സ്റ്റീഫന്റെ കൂടെ ജീവിച്ചാൽ മതി."

എന്ന മീനുവിന്റെ വാക്കുകൾ ഹൃദയത്തിൽ തറച്ച കൂരമ്പുപോലെയാണ് ഹരിക്ക് തോന്നിയത്. ആരുടെ കൂടെ പോകണമെന്ന എസ്.ഐ യുടെ ചോദ്യത്തിന് തന്റെ മറുപടി അവൾ ഒരിക്കൽ കൂടി ആവർത്തിച്ചു

"എനിക്ക് വേറെ ആരെയും വേണ്ട, ഞാൻ സ്റ്റീഫന്റെ കൂടെ പോകുവാണ്, എനിക്ക് ഇവരെ ആരെയും വേണ്ട. ഇനിയെന്നെ ഇവരാരും അന്വേഷിക്കുകയും വേണ്ട."

ഇടിമുഴക്കം പോലെയാണ് ആവാക്കുകൾ മറ്റുള്ളവരിൽ പതിഞ്ഞത്, അവളിൽ നിന്നും കേട്ട വാക്കുകളുടെ ഭാരം താങ്ങാനാവാതെ അവളുടെ അമ്മ നെഞ്ചുപൊട്ടി വീണു. ആ വീഴ്ചയിലും "മോളേ, പോകല്ലേടീ" എന്നു വിതുമ്പിക്കൊണ്ടിരുന്നു.

"മോളേ, " എന്നൊരു ഗദ്ഗദത്തോടെ ആ ജീവൻ അവിടെ പൊലിഞ്ഞു. സ്വന്തം അമ്മയുടെ മരണം പോലും മീനുവിനെ തന്റെ തീരുമാനത്തിൽ നിന്നും വ്യതിചലിപ്പിച്ചില്ല.

സ്റ്റീഫന്റെ കൈയ്യും പിടിച്ചു വിജയീ ഭാവത്തോടെ പോലീസ് സ്റ്റേഷന്റെ പടിയിറങ്ങുന്നത് നെഞ്ചുപൊട്ടുന്ന വേദനയോടെ, നിറകണ്ണുകളുമായി ഹരി നോക്കിനിന്നു.

വിവാഹത്തിന് തനിക്ക് വീട്ടിൽ നിന്നും കിട്ടിയ മുഴുവൻ ആഭരണങ്ങളും ഹരി ഇട്ട താലിമാല അടക്കം ഒരു തരി സ്വർണ്ണം പോലും ബാക്കി വെക്കാതെ എല്ലാം മീനുഎടുത്തുകൊണ്ടുവന്നിരുന്നു. സ്റ്റീഫനുമൊത്തുള്ള ജീവിതം ആദ്യ നാളുകളിൽ സന്തോഷപൂർണ്ണമായിരുന്നു, പതിയെ സ്റ്റീഫന്റെ സ്വഭാവത്തിൽ മാറ്റങ്ങൾ കണ്ടുതുടങ്ങി മദ്യപാനവും പുകവലിയുമടക്കം എല്ലാ ദുശീലങ്ങളും സ്റ്റീഫന് ഉണ്ടെന്ന സത്യം വേദനയോടെ മീനു തിരിച്ചറിഞ്ഞു, അവൾ കൊണ്ടുവന്ന സ്വർണ്ണം തീർന്നതോടെ സ്റ്റീഫൻ അവളെ ഉപദ്രവിക്കാനും തുടങ്ങി. പിന്നെപ്പിന്നെ ഓരോ പെണ്ണുങ്ങളെയും കൊണ്ട് വീട്ടിൽ വരാനും തുടങ്ങി, ഒരു പെണ്ണും കാണരുതാത്ത പലതിനും അവൾ മൂകസാക്ഷിയായി. ഒന്നിനെയും എതിർക്കുവാൻ അവൻ അവളെ അനുവദിച്ചില്ല എന്നതാണ് സത്യം. ഒടുവിൽ. ഒടുവിലവൻ ഇന്നവളെ പണത്തിനുവേണ്ടി അവളെ മറ്റുള്ളവർക്ക് മുൻപിൽ കാഴ്ചവെക്കുകകൂടി ചെയ്തു. അതിനെ എതിർത്ത അവളെ തല്ലി ചതച്ചു.

"എത്ര സുന്ദരമായിരുന്നു തന്റെ ജീവിതം ? സന്തോഷത്തിന്റെ, സ്നേഹത്തിന്റെ ഒരു വസന്തകാലമായിരുന്നു അത്, അതിന്റെ വില മനസ്സിലാക്കാതെ പോയ വിഡ്ഢിയാണ് താൻ. പുറത്തു ആർത്തലച്ചു പെയ്യുന്ന പേമാരിയെക്കാൾ ഉറക്കെ ഒന്നാർത്തു കരയാൻ അവൾ കൊതിച്ചു, പക്ഷേ, കണ്ണുനീർ പോലും വറ്റിപ്പോയിരിക്കുന്നു. അല്ലെങ്കിൽത്തന്നെ തനിക്ക് കരയുവാൻ എന്ത് അവകാശമാണുള്ളത് ? "

"എടീ ഒരുമ്പെട്ടവളേ, ഏതവനെ കിനാവുകാണുവാടീ"

ദിഗന്ദം കിടുങ്ങുമാറുള്ള ഒരലർച്ച കേട്ടാണ് അവൾ ചിന്തയിൽ നിന്നുമുണർന്നത്, മുൻപിൽ സ്റ്റീഫൻ മദ്യ പിച്ചു ലക്കുകെട്ടു നിൽക്കുന്നു.

" എന്തിനാ നിങ്ങളെന്നെ ഇങ്ങനെ ദ്രോഹിക്കുന്നത് ? നിങ്ങളെ സ്നേഹിച്ചതാണോ ഞാൻ ചെയ്ത തെറ്റ് ?" തളർച്ചയോടെ അവൾ ചോദിച്ചു.

"പ്ഭാ, പിഴച്ചവളെ, ഞാനൊന്നു ചിരിച്ചുകാണിച്ചപ്പോൾ .കെട്ടിയവനെയും വീട്ടുകാരെയും ഇട്ടേച്ച് എന്റെ കൂടെ ഇറങ്ങിപ്പോന്നതല്ലെടി നീ, നാളെ വേറെ ആരെങ്കിലും വിളിച്ചാൽ നീ ഇറങ്ങിപോകില്ലെന്നാരുകണ്ടു. അവളുടെ ഒരു സ്നേഹം. ത്..ഭൂ..... "
നീട്ടി തുപ്പിക്കൊണ്ട് സ്റ്റീഫൻ മുറിവിട്ടിറങ്ങിപ്പോയി.

അല്ലെങ്കിൽ തന്നെ അന്യന്റെ ഭാര്യയെ പ്രേമിക്കുന്നു എന്നു പറയുന്നവന്റെ ഉള്ളിലുള്ളത് പരിശുദ്ധ പ്രേമമല്ല കാമം മാത്രമാണെന്ന് മനസിലാക്കാൻ താൻ വൈകിപ്പോയെന്നവൾ തിരിച്ചറിഞ്ഞു. തനിക്ക് എന്നന്നേക്കുമായി നഷ്ടപ്പെട്ടുപോയ അല്ല തന്റെ അവിവേകം കൊണ്ട് താൻ നഷ്ടപ്പെടുത്തിയ പഴയകാലത്തെ ഒരു നഷ്ടവസന്തമായി ഓർത്തു മിഴിനീർ വാർക്കുവാനുള്ള തന്റെ യോഗത്തെയോർത്തവൾ വിദൂരതയിലേക്ക് മിഴിനട്ടിരുന്നു.

ഷിന്റു കണ്ണൻ

21

ഉപസ്മൃതി

കഥാകൃത്ത് : സതീഷ് തോട്ടശ്ശേരി

വിലാസം :

എസ്.എഫ് 10 ബി, സായ് വിഹാർ

ഓൾഡ് മണിപ്പാൽ ഹോസ്പിറ്റൽ റോഡ്,

രാജരാജേശ്വരി നഗർ,ബാംഗ്ലൂർ 560098

ആദ്യമവർ ജൂതന്മാരെ തേടി വന്നു, ജൂതനല്ലാത്തതിനാൽ ഞാൻ മിണ്ടിയില്ല, പിന്നെ അവർ കമ്മ്യൂണിസ്റ്റുകളെ തേടി വന്നു, കമ്മ്യൂണിസ്റ്റല്ലാത്തതിനാൽ ഞാൻ മിണ്ടിയില്ല. പിന്നെ അവർ തൊഴിലാളി നേതാക്കളെ തേടി വന്നു, ഞാൻ തൊഴിലാളി നേതാവല്ലാത്തതിനാൽ മിണ്ടിയില്ല. ഒടുവിൽ അവർ എന്നെ തേടി വന്നു. പക്ഷേ, എനിക്ക് വേണ്ടി സംസാരിക്കാൻ ആരും ബാക്കിയുണ്ടായിരുന്നില്ല.' ഇത്രയും വായിച്ച് അയാൾ മാർട്ടിൻ നീമൊല്ലെറുടെ പുസ്തകം അടച്ചു വെച്ചു. പലർക്കും നിസ്സാരമെന്നു തോന്നുന്ന കാര്യങ്ങളെ പൊള്ളിക്കുന്ന യാഥാർത്ഥ്യങ്ങളാണെന്ന് ബോധ്യപ്പെടുത്തുന്ന എഴുത്തുകാരന്റെ ഇന്ദ്രജാലത്തിൽ അയാൾ ഒരു നിമിഷം വിസ്മയിച്ചിരുന്നുപോയി.

നാളെ സ്വാതന്ത്ര്യ ദിനമാണ്. എത്രയെത്ര ധീര ദേശാഭിമാനികളുടെ സ്വപ്നമായിരുന്നു സ്വാതന്ത്ര്യം? ആ സ്വപ്ന സാക്ഷാത്കാരത്തിനായി ജാതിയും മതവും, വർണ്ണവും വർഗ്ഗവും മറന്ന് ദേശീയ പതാക മുറുകെ പിടിച്ച അസംഖ്യം ആത്മാവുകൾ ഒരുപക്ഷെ ഇപ്പോൾ ദുഖിക്കുന്നുണ്ടാകാം. തങ്ങൾ നേടിയെടുത്ത സ്വാതന്ത്ര്യം വൃഥാവിലായോ ? എന്ന വേവലാതി അയാളുടേതുകൂടിയായിരുന്നു.

ചിന്തകളിൽ മുഴുകി എപ്പോഴോ കണ്ണുകളടഞ്ഞുപോയ അയാൾ ഞെട്ടി ഉണർന്നപ്പോൾ വിയർത്തൊലിച്ചു കൊണ്ട് ഉഷ്ണക്കാറ്റ് വമിക്കുന്ന ഫാനിനു താഴെ കിടക്കുകയായിരുന്നു. അടിവസ്ത്രമൊഴികെയുള്ള തുണികളെല്ലാം പറിച്ചെറിഞ്ഞു കിടക്കുമ്പോഴും ശരീരത്തിന്റെ അകംപുറങ്ങൾ വേവുന്നതായും, തലച്ചോർ മൺകലത്തിലെ തിളച്ചോറായി മാറുന്നതായും തോന്നി. അർധരാത്രിക്ക് ശേഷം എപ്പോഴോ ബോധാബോധങ്ങൾക്കിടയിൽ കണ്ണുകളടഞ്ഞപ്പോഴാണ് നനഞ്ഞൊട്ടിയ കിടക്കയിൽ അവൾ വന്നിരുന്നത്. തല പൊക്കി അവളെ നോക്കാനുള്ള അദമ്യമായ ആഗ്രഹം പൂർത്തീകരിക്കാനാകാതെ നിസ്സഹായനായി കണ്ണുകൾ തുറക്കാനാകാതെ കിടന്ന അയാളുടെ ശിരസ്സിൽ അവളുടെ മൃദുലമായ നീണ്ട കൈവിരലുകൾ പതുക്കെ നീങ്ങി. അപ്പോൾ എന്തെന്നില്ലാത്ത നിർവൃതി ഉണ്ടായതായും മനസ്സിൽ കയറ്റി വെച്ച വലിയ ഒരു മഞ്ഞുകട്ട പതുക്കെ അലിഞ്ഞില്ലാതാകുന്നതായും തോന്നി.

അവൾ. രഹന. കവുങ്ങിൻ പൂക്കുല പോലെ നിറമുള്ള മെലിഞ്ഞ ശരീരം. സുറുമയിട്ട കണ്ണുകൾ. കാതുകളിലെ വെള്ളി ചിറ്റുകൾ. കാലിലെ പാദസരങ്ങൾ അവളുടെ ഭൂമിയിലെ ഓരോ പാദസ്പർശങ്ങൾക്കും

കിലുകിലാരവം മുഴക്കി. നിഷ്കളങ്കബാല്യത്തിന്റെ നിറസാന്നിധ്യമായി അയാൾ താമസിച്ചിരുന്ന കോളനിയിലെ എല്ലാവർക്കും പ്രിയപ്പെട്ടവൾ. അവസാനമായി കണ്ടത് രാഷ്ട്രം മൃഗീയ ഭൂരിപക്ഷത്തോടെ പൗരത്വ നിയമം നടപ്പാക്കിയ വർഷത്തിലെ മെയ് മാസത്തിലെ കലുഷിതമായ സാമൂഹ്യാന്തരീക്ഷത്തിലെ ഒരു വേനൽ പകലിൽ. അന്നവൾ പതിമൂന്നിന്റെ പടി കടന്നിട്ടില്ല. മൈതാനത്തിൽ കോളനിയിലെ മറ്റു കുട്ടികളുമായി കളിച്ചുകൊണ്ടിരുന്നപ്പോഴാണ് പട്ടാളവണ്ടി റോഡിൽ വന്നുനിന്നത്. തലയിൽ തട്ടമിട്ട പെൺകുട്ടികളെയെല്ലാം വണ്ടിയിൽ നിന്നും ചാടിയിറങ്ങിയ പട്ടാളക്കാർ വലിച്ചിഴച്ചു വണ്ടിയിൽ കയറ്റി. വൃദ്ധരും സ്ത്രീകളുമായ കുറെ പേരെ അതേ വണ്ടിയിൽ കുത്തിനിറച്ചിരുന്നു. അവിടെ പ്രതിഷേധത്തിന്റെ ആക്രോശങ്ങളും തുടർന്ന് പീഡനത്തിന്റെ രോദനങ്ങളും മുഴങ്ങിക്കൊണ്ടിരുന്നു. കാര്യമറിയാതെ വണ്ടിയിലേക്ക് വലിച്ചിഴക്കപ്പെട്ട രഹനയുടെ നിസ്സഹായത കണ്ടുനിൽക്കാൻ പറ്റാതെ ഓടിച്ചെന്ന തന്നെ ഒരു പട്ടാളക്കാരൻ ബൂട്സിട്ട കാലുകൊണ്ട് ചവിട്ടിയതിന്റെ ബാക്കിപത്രമാണ് ചലിക്കാനാവാത്ത തന്റെ ശരീരമെന്ന ഓർമ്മ അയാളെ ഒന്ന് കൂടി രോഷാകുലനും അസ്വസ്ഥനുമാക്കി. മുടിയിഴകളിലൂടെയുള്ളഅവളുടെ വിരലുകളുടെ തൂവൽസ്പർശത്തിൽ അയാളുടെ കണ്ണുകൾ അടഞ്ഞു തുടങ്ങിയ നേരത്ത് അവൾ പറഞ്ഞു തുടങ്ങി.

പട്ടാളവണ്ടി അന്നവരെ അടുത്തുള്ള തീവണ്ടി ആപ്പീസിലേക്കാണ് കൊണ്ടുപോയത്. അവിടെ വിശപ്പും, ദാഹവും, മർദ്ദനവും കൊണ്ട് തളർന്ന് അവശരായ ആയിരക്കണക്കിന് ആളുകൾ തങ്ങളുടെ കുട്ടികളെയും മാതാപിതാക്കളെയും തിരഞ്ഞു കൊണ്ട് നടക്കുന്നതും, തറയിൽ ഇരുന്നും കിടന്നും വിലപിക്കുന്നതും, കാണാനുണ്ടായിരുന്നു.

പട്ടാളക്കാരോട് കയർക്കുന്ന പുരുഷന്മാരെ അവർ നിർദ്ദയം തോക്കിന്റെ പാത്തി കൊണ്ട് അടിച്ചു വീഴ്ത്തുകയും ബൂട്സിട്ട കാലുകൊണ്ട് തൊഴിക്കുകയും ചെയ്തിരുന്നു. 70 ബോഗികളുള്ള വണ്ടി സ്റ്റേഷനിൽ വന്നതും ദൈന്യത തളം കെട്ടിയ മനുഷ്യ കൂട്ടത്തെ കന്നുകാലികളെയെന്നോണം അടിച്ചും, തൊഴിച്ചും അതിൽ കുത്തി നിറച്ചു. വേണ്ട ഭക്ഷണമോ കുടിവെള്ളം പോലുമോ ഇല്ലാതെ ആ ദുരിതയാത്ര രണ്ടു നാൾ നീണ്ടു. പ്രേതഭൂമി പോലെ തോന്നിച്ച ഒരു പ്രദേശത്തുള്ള സ്റ്റേഷനിൽ വണ്ടിച്ചക്രങ്ങൾ സീൽക്കാരമുതിർത്തുകൊണ്ടു നിന്നു. അവശരായ ജനങ്ങളെ പിന്നീട് നാലു മണിക്കൂർ നേരം കത്തുന്ന വെയിൽ ചൂടിൽ നടത്തിച്ചു. പലരും വിശപ്പും ദാഹവും കൊണ്ട് വഴിയിൽ വേച്ചു വേച്ചു വീണിരുന്നു.

"തൊഴിലെടുക്കൂ സ്വാതന്ത്ര്യം നേടൂ" എന്നെഴുതിവെച്ച വലിയ കവാടമുള്ള, അഞ്ഞൂറോളം ഏക്കർ വിസ്താരം വരുന്ന, കൂറ്റൻ മതിൽക്കെട്ടുകളും അവയ്ക്കുമേൽ മുൾവേലികളും അതിര് തീർത്ത ഒരു തടവറയിലേക്കാണ് അവർ എത്തിപ്പെട്ടത്. ആ കവാടത്തിലെ ഫലകം മരണത്തിലേക്കുള്ള സ്വാതന്ത്ര്യം വിളിച്ചോതുമ്പോലെ തോന്നിച്ചു. പിന്നീട് പീഡനത്തിന്റെ നാളുകളായിരുന്നു. ഒരു രാത്രി ഒരു പട്ടാളക്കാരൻ രഹനയെ തന്റെ മുറിയിലേക്ക് കൊണ്ടുവന്നു. മൃഗീയമായി അവളുടെ വസ്ത്രങ്ങൾ വലിച്ചു കീറി. അവശയായ അവളുടെ ബലഹീനമായ ചെറുത്തുനിൽപ്പുകളെ തോല്പിച്ചുകൊണ്ട് ഒരു കാട്ടുമൃഗത്തെ പോലെ അവളെ തള്ളി താഴത്തിട്ടു. തലയും കൈകാലുകളും നിലത്തമർത്തി ഞെരിച്ചുകൊണ്ട് അവളിലെ കുഞ്ഞു സ്ത്രീത്വത്തെ രക്തത്തിൽ മൂടുവോളം കുത്തിക്കീറി.

മറ്റു സ്ത്രീകളും കുട്ടികളും സമാനമായ അനുഭവങ്ങ

ളുടെ രക്ത സാക്ഷികളായി. ക്രൂരമായ പീഡനങ്ങളും, ഭക്ഷണ കുറവും, രോഗപീഡയും കാരണം ആ തടവറ യിലെ തങ്ങൾ ചെയ്ത കുറ്റമെന്താണെന്ന് ഇനിയും അറിയാത്ത ആയിരങ്ങൾ അറവു മാടുകളെ പോലെ എല്ലും തോലുമായ മനുഷ്യ കീടങ്ങളായി രൂപാന്തരപ്പെ ട്ടു. അവസാനം അടച്ചു മൂടപ്പെട്ട ആ വലിയ ഹാളിലേ ക്ക് അവരെയെല്ലാം വിവസ്ത്രരാക്കി തള്ളി കയറ്റി. കുളിപ്പിക്കാനാണെന്നു തെറ്റിദ്ധരിപ്പിച്ചു. ഹാളിലെ ചുമരുകളിൽ ഘടിപ്പിക്കപ്പെട്ട ഷവറുകളിൽ നിന്നും കുളിർമ്മയുള്ള ജലപ്രവാഹം പ്രതീക്ഷിച്ചു നിന്ന നഗ്ന ദേഹികളായ, ദാഹാർത്തരായ അവർക്കു പിന്നീട് കാ ണുവാൻ കഴിഞ്ഞത് ഷവറുകളിലൂടെ ചീറ്റി വരുന്ന, ഹാൾ മുഴുവൻ നിറഞ്ഞു കവിയുന്ന വിഷപ്പുകയാണ്. ശരീരങ്ങൾ ഒന്നിന് മേലെ ഒന്നായി വീണു. നാലഞ്ചു നിമിഷത്തെ കൂട്ട പിടച്ചിൽ. ജഡങ്ങളുടെ കൂമ്പാരങ്ങ ൾ കൊണ്ട് ഹാൾ നിറഞ്ഞു. ആ ശവക്കൂമ്പാരങ്ങളി ൽ ഒന്ന് രഹനയുടേതായിരുന്നു. അങ്ങിനെയാണ് അവൾ ജനിച്ചു വളർന്ന, പതിമൂന്നു കൊല്ലം ജീവിച്ച ഈ ഭൂമിയിൽ നിന്നും തുടച്ചു മാറ്റപ്പെട്ടത്. ഉറക്കം മുറി ഞ്ഞ അയാൾ നെഞ്ചിടിപ്പോടെ കണ്ണ് തുറന്നുകൊണ്ട് അടുത്തിരുന്ന പാതി തീർന്ന വെള്ള കുപ്പിയിലേക്ക് കൈ നീട്ടി.

സതീഷ് തോട്ടശ്ശേരി

* 9 7 9 8 8 8 8 8 3 3 0 8 7 *

FCW - #0220 - 061026 - C0 - 203/127/7 - PB - 9798888833087 - Matt Lamination